ഷെർലക്ഹോംസിന്റെ കുറ്റാന്വേഷണ കഥകൾ

sherlockholmes kuttanweshanakathakal

•

sir arthur conan doyle

•

translation
reethha a

•

first edition
march 2012

•

typesetting
lenard, muttada

•

published
chintha publishers

•

printed
akshara offset, thiruvananthapuram

•

cover
arun gokul

വിതരണം

ദേശാഭിമാനി ബുക്ക് ഹൗസ്

H O തിരുവനന്തപുരം-695 035
www.chinthapublishers.com
chinthapublishers@gmail.com

ബ്രാഞ്ചുകൾ

ഹെഡ്ഡാഫീസ് കുന്നുകുഴി • ഓവർബ്രിഡ്ജ് തിരുവനന്തപുരം • കെ എസ് ആർ ടി സി ബസ് സ്റ്റേഷൻ ആലപ്പുഴ • കെ എസ് ആർ ടി സി ബസ് സ്റ്റേഷൻ എറണാകുളം • മച്ചിങ്ങൽ ലെയ്ൻ തൃശൂർ • ഐ ജി റോഡ് കോഴിക്കോട് • കെ എസ് ആർ ടി സി ബസ് സ്റ്റേഷൻ കോഴിക്കോട് • എൻ ജി ഒ യൂണിയൻ ബിൽഡിങ് കണ്ണൂർ • സെൻട്രൽ ബസ് ടെർമിനൽ കോംപ്ലക്സ് താവക്കര കണ്ണൂർ

CO - 1695 / 2845

ഷെർലക്ഹോംസിന്റെ കുറ്റാന്വേഷണ കഥകൾ

സർ ആർതർ കൊനാൻ ഡോയൽ

പരിഭാഷ

റീത്ത എ

ചിന്ത പബ്ലിഷേഴ്സ്
തിരുവനന്തപുരം-695 035

സർ ആർതർ കൊനാൻ ഡോയൽ (1859–1930)

സ്കോട്ട്ലാന്റിലെ എഡിൻബർഗിൽ ജനിച്ചു. കുറ്റാന്വേഷണകഥകൾ, നാടകങ്ങൾ, കവിതകൾ, ചരിത്രനോവലുകൾ, ചരിത്രാഖ്യായികകൾ എന്നിവ രചിച്ചു. ഷെർലക് ഹോംസ് എന്ന കഥാപാത്രം ലോകപ്രശസ്തമായി. 71–ാമത്തെ വയസിൽ അന്തരിച്ചു.

റീത്ത എ

കോഴിക്കോട് ജില്ലയിലെ വളയത്ത് ജനിച്ചു. പിതാവ്: ചിക്കോന്നുമ്മൽ അച്യുതൻ നായർ. മാതാവ്: ചിക്കോന്നുമ്മൽ തങ്കം അമ്മ.

വട്ടോളി ഗവൺമെന്റ് യു പി സ്കൂൾ, വട്ടോളി നാഷണൽ ഹൈസ്കൂൾ എന്നിവിടങ്ങളിൽ പ്രാഥമിക വിദ്യാഭ്യാസം. ഇംഗ്ലീഷ് സാഹിത്യത്തിൽ എം എ ബിരുദം.

ഭർത്താവ് : പ്രസന്നൻ

മക്കൾ : പ്രജിത്, പ്രിയങ്ക

വിലാസം : 'സൂര്യശ്രീ'
തിരുവണ്ണൂർ പി ഒ
കോഴിക്കോട് 673029

ഉള്ളടക്കം

1

വീട്ടിലെ രോഗി

ചെറുപ്പക്കാരനായ ഒരു ഡോക്ടർ; ഹോംസിന് അസാധാരണമായ ഒരു പ്രശ്നം എത്തിക്കുകയാണ്. ഈ ഡോക്ടർ സ്വന്തമായ ഒരു ക്ലിനിക് തുടങ്ങാൻ സാമ്പത്തികമായി ബുദ്ധിമുട്ടുമ്പോൾ ബ്ലസ്സിങ്ടൺ എന്നു പേരുള്ള ഒരാൾ സഹായഹസ്തവുമായെത്തുന്നു. അയാൾ ക്ലിനിക് ഉണ്ടാക്കിക്കൊടുക്കും പക്ഷേ ദിവസവരുമാനത്തിന്റെ നാലിൽ മൂന്ന് അയാൾക്ക് കൊടുക്കണം. പോരാത്തതിന് അയാൾ ചികിത്സയ്ക്കായി സ്ഥിരം അവിടെ നിൽക്കുകയും ചെയ്യും. കാരണം ഹൃദയരോഗമുള്ള ഒരാളാണ് ബ്ലസ്സിങ്. അയാൾക്ക് എപ്പോഴും ഡോക്ടർ അടുത്ത് വേണം. ഇതെല്ലാം ഡോ. പേഴ്സി ട്രെവല്യൻ അംഗീകരിച്ചു. ഈയടുത്തുവരെ കാര്യങ്ങൾ വളരെ ഭംഗിയായി മുന്നോട്ട് നീങ്ങി. എന്തോ ഒരു കാര്യം കൊണ്ട് ഈയിടെയായി ബ്ലസ്സിങ് അസ്വസ്ഥനാണ്. ആശയക്കുഴപ്പത്തിലായ ഡോക്ടർ ഇതെന്താണെന്ന് കണ്ടുപിടിക്കാൻ ഹോംസിനെ ഏൽപ്പിച്ചു.

***

ഒക്ടോബറിലെ മഴയുള്ള ഒരുദിവസം ഷെർലക് ഹോംസ് സോഫയിൽ ചുരുണ്ടുകൂടിക്കിടന്ന് തനിക്ക് വന്ന ഒരു കത്ത് വായിക്കുകയായിരുന്നു. ഞാനാണെങ്കിൽ ആകെ മടുത്തിരിക്കുകയാണ്. പത്രത്തിൽ താൽപ്പര്യമുള്ള ഒന്നും വായിക്കാനുണ്ടായിരുന്നില്ല. ഒഴിവുകാലമായിരുന്നു അത്. ലണ്ടനിൽനിന്ന് എങ്ങനെയെങ്കിലും രക്ഷപ്പെട്ട് നാട്ടിലേക്കോ അല്ലെങ്കിൽ കടൽക്കരയിലോ മറ്റോ പോകണമെന്ന് ആശിച്ച സമയം. പക്ഷേ എന്റെ ഒഴിവുകാലം ഞാൻ മാറ്റിവെച്ചു, കാരണം എനിക്കിപ്പോൾ അത് അനുവദിക്കാൻ പറ്റില്ല. ഹോംസിന്റെ കാര്യം പറയുകയാണെങ്കിൽ ഇത്തരത്തിലുള്ള ഒന്നിലും താൽപ്പര്യമില്ല. തിരക്കുള്ള ഈ പട്ടണമാണ്

ഇഷ്ടം. ചെറിയ ഒരു കഥ കേട്ടാൽ അല്ലെങ്കിൽ സംശയം തോന്നിയാൽ അത് കണ്ടെത്താനുള്ള ജാഗ്രതയിലായിരിക്കും. നാട്ടിൻപുറത്തേക്ക് പോകാൻ താൽപ്പര്യമേ ഇല്ല. ഗ്രാമങ്ങളിൽ പോയിട്ടുണ്ടെങ്കിൽ അത് ഏതെങ്കിലും കുറ്റവാളിയുടെ പിന്നാലെ പോയതായിരിക്കും.

ഞാൻ പത്രം ഒരു ഭാഗത്തേക്കെറിഞ്ഞ് നിവർന്നിരുന്ന് എന്റെ ചിന്തകളിൽ മുഴുകി. ഹോംസിന്റെ ശബ്ദമാണ് എന്നെ ഉണർത്തിയത്.

“വാട്സൺ, നിങ്ങൾ പറഞ്ഞത് ശരിയാണ്. തർക്കം ഇല്ലാതാക്കുന്ന വിഡ്ഢിത്തം നിറഞ്ഞ വഴിയാണ് ഇതെന്ന് തോന്നുന്നു.”

“അങ്ങേയറ്റം വിഡ്ഢിത്തം.” ഞാൻ പറഞ്ഞു, പെട്ടെന്നാണ് ഞാൻ തിരിച്ചറിയുന്നത്. ഇക്കാര്യം ഞാൻ പറഞ്ഞില്ലല്ലോ? ചിന്തിച്ചിട്ടല്ലേയുള്ളൂ. ഇയാളിതെങ്ങനെ അറിഞ്ഞു?” ഞാൻ നിവർന്നിരുന്ന് അത്ഭുതപരതന്ത്രനായി അയാളെ തുറിച്ചുനോക്കി.

“എന്താണിത്, ഹോംസ്” ഞാൻ ചിന്തിക്കുന്നത് നിങ്ങളെങ്ങനെ മനസിലാക്കി?” ഹൃദയംഗമമായി ചിരിച്ചുകൊണ്ട് പറഞ്ഞു, “നിങ്ങൾ ഓർക്കുന്നുണ്ടോ ഞാൻ കഴിഞ്ഞദിവസം പറഞ്ഞത്. നമ്മളോട് വളരെ അടുത്ത ഒരാളുടെ ചിന്തകൾ നമുക്ക് ഉൾക്കൊള്ളാൻ കഴിയുമെന്ന്. നീ ഒന്നും പറഞ്ഞില്ല. പക്ഷേ നിന്റെ ഭാവത്തിൽനിന്ന് ഞാൻ മനസിലാക്കി ഈ സിദ്ധാന്തത്തോട് നിനക്ക് യോജിപ്പില്ലെന്ന്. അതുകൊണ്ട് പത്രപാരായണം നിർത്തി ചിന്തയിലാണ്ടു. ഞാൻ സന്തോഷവാനായി. കാരണം എന്റെ ആശയം തെളിയിക്കാൻ ഒരവസരം കിട്ടിയല്ലോ.”

ഞാനപ്പോഴും സ്തബ്ധനായി നോക്കിനിൽക്കുകയായിരുന്നു.

“ഞാനെന്റെ കസേരയിൽ ശാന്തനായി ഇരിക്കുകയായിരുന്നില്ലേ. അപ്പോൾ എന്ത് സൂചനകളാണ് എന്റെ സ്വഭാവത്തിൽ നിന്നു കിട്ടിയത്?”

“പ്രവൃത്തികൾ വേണമെന്നില്ല. നിന്റെ ഭാവങ്ങൾ നിന്റെ ശരീരത്തിന്റെ ഓരോ ഭാഗത്തിലുമുണ്ടായിരുന്നു.”

“എന്റെ ഭാവത്തിൽനിന്നും ശരീരഭാഗങ്ങളിൽനിന്നും എന്റെ ചിന്തകൾ നീ വായിച്ചെടുത്തു എന്നാണോ? നീ പറയാൻ ഉദ്ദേശിക്കുന്നത്?”

“നിന്റെ അവയവങ്ങൾ പ്രത്യേകിച്ചും കണ്ണുകൾ ചിലപ്പോൾ നിനക്ക് തന്നെ ഇപ്പോൾ ഓർമിക്കാൻ കഴിയില്ല, നീ എപ്പോഴാണ് ദിവാസ്വപ്നം കാണാൻ തുടങ്ങിയതെന്ന്.”

“ഇല്ല, എനിക്ക് പറയാൻ കഴിയില്ല.”

“എന്നാൽ ഞാൻ പറഞ്ഞുതരാം. പത്രം എറിഞ്ഞ ഉടനെ അരനിമിഷം ഒന്നും ചിന്തിക്കാതെയിരുന്നു, ശൂന്യഭാവത്തോടെ, പിന്നെ നിന്റെ കണ്ണുകളിൽ പുതിയ ചിന്തകൾ തെളിഞ്ഞുവന്നു. നിന്റെ ഭാവമാറ്റം കണ്ട് ഞാൻ മനസിലാക്കി; നീ ചിന്തിച്ചു തുടങ്ങിയെന്ന്. അത് കുറെനേരം നീണ്ടു നിന്നില്ല. നിന്റെ കണ്ണുകൾ ഹെൻറി ബാർസ് ബീച്ചറിന്റെ ചിത്രത്തിലേക്ക് നീങ്ങി. പിന്നെ ചുമരിലേക്ക് നോക്കി, അർഥം വ്യക്തമായിരുന്നു. നീ ചിന്തിച്ചത് ആ ചിത്രമൊന്ന് ഫ്രെയിം ചെയ്തിരുന്നെങ്കിൽ ജനറൽ ജോർഡന്റെ ഫോട്ടോയുമായി തത്തുല്യമായേനെ.”

"നീ അത്ഭുതകരമായി എന്നെ പിന്തുടർന്നു" ഞാൻ പറഞ്ഞു:

"അത് വളരെ വ്യക്തമാണ്. ഇപ്പോൾ നിങ്ങളുടെ ചിന്തകൾ തിരിച്ച് ബീച്ചറിലെത്തിയിരിക്കയാണ്. പക്ഷേ അയാളുടെ സ്വഭാവം രൂപംവെച്ച് പഠിക്കാൻ ശ്രമിച്ചപ്പോൾ നിങ്ങൾക്ക് ബുദ്ധിമുട്ടനുഭവപ്പെടുന്നതുപോലെ തോന്നി. പിന്നെ കണ്ണുകൾ ആ പണി നിർത്തി. വീണ്ടും അവിടെനോക്കി ചിന്താകുലനായി. നിങ്ങൾ ബീച്ചറുടെ കർമരംഗത്തെ സംഭവങ്ങൾ ഓർക്കുകയായിരുന്നു. ആഭ്യന്തര യുദ്ധകാലത്ത് വടക്കിനുവേണ്ടി നടത്തിയ ദൗത്യങ്ങൾ അയാൾ ഏറ്റെടുത്തത് നീ ഓർക്കുകയാണെന്ന് എനിക്കറിയാം. കാരണം നമ്മുടെ ആളുകളുടെ സ്വീകരണ രീതിയോട് നീ പ്രകടിപ്പിച്ച കോപം ഞാനോർക്കുന്നു. നീ വല്ലാതെ വികാരാധീനനായിരുന്നു. അതുകൊണ്ട് നീ ഓർക്കുമെന്ന് എനിക്കറിയാം. ഒരു നിമിഷം കഴിഞ്ഞപ്പോൾ നിന്റെ കണ്ണുകൾ ചിത്രത്തിൽനിന്ന് മാറി അലഞ്ഞു തിരിയുകയായിരുന്നു. വീണ്ടും നിന്റെ മനസ്സ് ആഭ്യന്തരയുദ്ധത്തിലേക്ക് തിരിഞ്ഞിട്ടുണ്ടാകുമെന്ന് ഞാൻ സംശയിക്കുന്നു. ചുണ്ടുകൾ കൂർത്ത്, കണ്ണുകൾ തിളങ്ങി, കൈകൾ ചുരുട്ടിപ്പിടിച്ചിരുന്നു. ഇപ്പോൾ എനിക്ക് തീർച്ചയായിരുന്നു. നിങ്ങൾ ആഭ്യന്തരയുദ്ധത്തിൽ രണ്ടുപക്ഷക്കാരുടെയും ധൈര്യത്തെപ്പറ്റി ചിന്തിക്കുകയായിരുന്നു. പക്ഷേ പിന്നീട് നിങ്ങളുടെ മുഖത്ത് ദുഃഖം നിറഞ്ഞു. തല ഇളക്കി. ആ സമയത്ത് നിങ്ങൾ ചിന്തിച്ചത് ഭീകരതയെപ്പറ്റിയും ജീവിത വ്യർഥതയെപ്പറ്റിയുമാണ്. നിങ്ങളുടെ കൈ യുദ്ധത്തിൽ പറ്റിയ പഴയമുറിവ് തടവി, ചെറിയൊരു ചിരി ചുണ്ടിലും. അപ്പോൾ ചിന്തിച്ചത് അന്താരാഷ്ട്ര പ്രശ്നങ്ങളെ പരിഹരിക്കുന്ന വ്യർഥമായ ഒരു രീതിയാണ് യുദ്ധം എന്നാണ്. ഈ സമയത്ത് ഞാൻ നിങ്ങളോട് യോജിക്കുന്നു. അത് വ്യർഥമായിരുന്നു. എന്റെ നിഗമനങ്ങൾ ശരിയാണെന്നതിൽ എനിക്ക് അതീവ സന്തോഷം തോന്നുന്നു."

ഹോംസിന്റെ അനുമാനിക്കാനുള്ള അപാര കഴിവ് കണ്ട് അന്തംവിട്ട് നിൽക്കുകയായിരുന്നു ഞാൻ. ഇത് അന്തസാരമില്ലാത്തതാണെന്ന് അയാൾ ഉറപ്പിച്ചു പറഞ്ഞു. പിന്നെ പട്ടണത്തിലൂടെ വെറുതെ നടക്കാൻ ശ്രമിച്ചു. അന്നു മുഴുവൻ വീട്ടിലിരുന്ന് മടുത്തതിനാൽ പെട്ടെന്ന് തന്നെ ഞാൻ സമ്മതിച്ചു.

ഞങ്ങൾ മൂന്നുമണിക്കൂറോളം വെറുതെ പട്ടണത്തിൽ കറങ്ങി. തിരിച്ച് ബേക്കർ സ്ട്രീറ്റിലെത്താൻ പത്ത് മണി കഴിഞ്ഞിരുന്നു. അവിടെ ഒരു വണ്ടി കിടപ്പുണ്ടായിരുന്നു.

"ഉം... അതൊരു ഡോക്ടറുടെതാണ്. എനിക്കറിയാം." ഹോംസ് പറഞ്ഞു. "ചികിത്സ തുടങ്ങിയിട്ട് ഒരുപാടായില്ല. നല്ല മിടുക്കനാണ്. നമ്മളെക്കാണാൻ വന്നതാണ്. ഈ സമയത്തെങ്കിലും തിരിച്ചെത്തിയത് ഭാഗ്യമായി."

ഹോംസിന്റെ ഓരോ പ്രവൃത്തിയും വിവേകപൂർണമാണെന്ന് എനിക്കറിയാമായിരുന്നു. വണ്ടിയിൽ മരുന്നുനിറച്ച ഒരു ബാഗ് തൂങ്ങിക്കിടക്കുന്നുണ്ടായിരുന്നു. ഈ ഉപകരണങ്ങളുടെ സ്വഭാവത്തിനും അവസ്ഥ

യ്ക്കും അനുസരിച്ചായിരിക്കും അയാളുടെ അനുമാനങ്ങൾ. ഇയാൾ എന്തായിരിക്കാം വന്നത് എന്ന ജിജ്ഞാസകൊണ്ട് ഞാൻ ഹോംസിന്റെ പിന്നാലെ വേഗം നടന്നു.

ഒരു വിളറിയ, ദുഃഖം തളംകെട്ടിയ ഒരു മനുഷ്യൻ അവിടെ നിൽക്കുന്നുണ്ടായിരുന്നു. മുപ്പത്തിഅഞ്ച് വയസിൽ കുറഞ്ഞ പ്രായം. പക്ഷേ അയാൾ ക്ഷീണിതനും വിളറിയവനുമായിരുന്നു. കടുത്ത ജീവിതാനുഭവങ്ങൾ പ്രായത്തേക്കാളും പ്രായം തോന്നിപ്പിക്കുമായിരുന്നു. ഒരു അന്തർമുഖനായിരുന്നു, ലജ്ജാലുവും.

“ഗുഡ് ഈവിനിങ്”, ഡോക്ടർ, വന്നിട്ട് ഒരുപാട് നേരമായില്ലല്ലോ?

“നിങ്ങൾക്ക് എന്റെ ഡ്രൈവറോട് ചോദിക്കാം.”

“വേണ്ട. ഈ കത്തിത്തീർന്ന മെഴുകുതിരി പറയുന്നുണ്ട്, എത്ര സമയമായെന്ന്.”

“ഇരിക്കൂ. എന്റെ എന്ത് സഹായമാണ് നിങ്ങൾക്ക് വേണ്ടത്?”

ഡോക്ടർ സംസാരിച്ചു തുടങ്ങി, “എന്റെ പേര് ഡോ. പേഴ്സി ട്രവല്ല്യൻ. ഞാൻ ബ്രൂക്ക് സ്ട്രീറ്റിൽ 403-ാം നമ്പർ വീട്ടിൽ താമസിക്കുന്നു.”

“ഞരമ്പിന്റെ അസുഖത്തെപ്പറ്റി പ്രചാരമില്ലാത്ത ഒരു പുസ്തകം എഴുതിയത് നിങ്ങളല്ലേ?” ഞാൻ ചോദിച്ചു. അയാളുടെ വിളറിയ മുഖത്ത് സന്തോഷത്തിന്റെ ഒരു പ്രഭ തന്നെ തെളിഞ്ഞു. “ഈ പുസ്തകത്തെപ്പറ്റി ആരും പറയുന്നത് ഞാൻ കേട്ടിട്ടില്ല. ഞാൻ കരുതി അത് മരണപ്പെട്ടു എന്നാണ്. എന്റെ പ്രസാധകർ അതിന് വിൽപ്പനയേ ഇല്ല എന്നാണ് പറഞ്ഞത്. നിങ്ങൾ ഒരു ഡോക്ടറായിരിക്കും അല്ലേ?”

“പെൻഷൻ പറ്റിയ ഒരു ആർമി ഡോക്ടർ. എനിക്ക് ഞരമ്പുസംബന്ധമായ രോഗങ്ങളെപ്പറ്റി അറിയാൻ താൽപ്പര്യമായിരുന്നു. അതിൽ പ്രാഗത്ഭ്യം നേടാൻ ഞാൻ ആഗ്രഹിച്ചിരുന്നു. പക്ഷേ ഇന്ന് കിട്ടുന്നതൊക്കെ നേടുകയാണ്. ഹോംസ്, നിങ്ങൾ തുടർന്നോളൂ. ഇത് എന്റെ ആഗമന ഉദ്ദേശ്യങ്ങൾക്ക് അപ്പുറത്തുള്ളതാണ്. നിങ്ങളുടെ വില പിടിച്ച സമയം കളയാൻ ഞാൻ ഉദ്ദേശിക്കുന്നില്ല. ഞാൻ വന്നത് ഈയിടെയായി ബ്രൂക്ക് സ്ട്രീറ്റിലെ എന്റെ വീട്ടിൽ ഇതുവരെ നടക്കാത്ത ചില സംഭവങ്ങൾ നടക്കുകയാണ്. ഇന്ന് രാത്രി അത് അതിന്റെ തീവ്രതയിലെത്തിയിരിക്കയാണ്. ഇനിയും നിങ്ങളുടെ ഉപദേശം നേടാൻ വൈകിക്കൂടാ. അതാണ് രാത്രി വൈകിയിട്ടും ഞാൻ വന്നത്.”

ഹോംസ് കസേരയിലിരുന്നുകൊണ്ട് പറഞ്ഞു, “ഞങ്ങൾ രണ്ടുപേരും നിങ്ങളെ സ്വാഗതം ചെയ്യുന്നു. നിങ്ങളെ ശല്യം ചെയ്യുന്ന പ്രശ്നം വിശദീകരിച്ചോളൂ.” ഡോക്ടർ ട്രവല്ല്യ സംസാരിച്ചു തുടങ്ങി.

“ഒന്നു രണ്ടു കാര്യം വളരെ നിസ്സാരമാണ്. നിങ്ങളോട് പറയാൻ തന്നെ ലജ്ജ തോന്നുന്നു. പക്ഷേ എന്റെ പ്രശ്നം നിഗൂഢമാണ്. ഞാനെല്ലാം പറയാം. അതിൽനിന്ന് പ്രധാനപ്പെട്ടത് ഏത് അല്ലാത്തത് ഏത് എന്ന് നിങ്ങൾ കണ്ടെത്തുക.”

“ആദ്യം ഞാൻ എന്നെപ്പറ്റിത്തന്നെ പറയട്ടെ. ഞാൻ ലണ്ടൻ യൂണിവേഴ്സിറ്റിയിൽ നിന്നാണ് വൈദ്യശാസ്ത്രം പഠിച്ചത്. ഞാൻ ബുദ്ധിയുള്ള

വിദ്യാർഥി ആയിരുന്നു. എന്റെ അധ്യാപകർ 'നിനക്ക് ഒരു ഉഗ്രൻ ഭാവി യുണ്ടാകു'മെന്ന് പ്രവചിച്ചിരുന്നു. ബിരുദം കഴിഞ്ഞതിന് ശേഷം ഞാൻ ഗവേഷണം തുടങ്ങി. ഞരമ്പുകളുടെ അസുഖത്തെപ്പറ്റിയുള്ള പുസ്തകത്തിന് ബ്രൂസ് പിങ്കേർട്ടർ സമ്മാനവും മെഡലും കിട്ടാൻ എനിക്ക് ഭാഗ്യമുണ്ടായി. എല്ലാവരും കരുതി ഞാൻ ഈ രംഗത്ത് ഉഗ്രനാകുമെന്ന്.

പക്ഷേ ഞാൻ വലിയൊരു പ്രശ്നത്തെ അഭിമുഖീകരിച്ചു; സാമ്പത്തികം. സ്വന്തമായി ഒരു ആശുപത്രി തുടങ്ങണമെങ്കിൽ വൻതുക ആവശ്യമായിരുന്നു. പക്ഷേ എന്റെ കൈ ശൂന്യമായിരുന്നു. എവിടെയെങ്കിലും ജോലി ചെയ്ത് പത്ത് വർഷം കൊണ്ട് സമ്പാദിച്ച് എന്റെ ആഗ്രഹം സഫലീകരിക്കാമെന്ന് കരുതി ഞാൻ ചെറിയ ഒരു മുറിയിൽ ചികിത്സ തുടങ്ങി. ആ സമയത്ത് പ്രതീക്ഷിക്കാതെ ഒരു സംഭവം എനിക്ക് പ്രതീക്ഷ നൽകി.

ഒരു ദിവസം രാവിലെ ബ്ലസ്സിങ്ടൺ എന്നുപേരുള്ള ഒരു അപരിചിതൻ എന്റടുത്ത് വന്നു. മുഖവുരയൊന്നും കൂടാതെ അയാൾ നേരെ കാര്യത്തിലേക്ക് കടന്നു. 'ഈയിടെ ആ വലിയ അവാർഡ് കിട്ടിയ ആ ഡോ. ട്രവല്ല്യൻ തന്നെ അല്ലേ നിങ്ങൾ.' അതേ, എന്ന ഭാവത്തിൽ ഞാൻ അയാളെ വണങ്ങി. പിന്നീടയാൾ തുടർന്നു. 'ഞാൻ ചോദിക്കുന്ന കാര്യത്തിന് തുറന്ന ഒരു മറുപടി പറയണം. കാരണം അത് നിങ്ങൾക്ക് ഗുണം ചെയ്യും. നിങ്ങളുടെ ജോലിയിൽ വിജയിക്കാൻ തക്ക തന്ത്രം നിങ്ങൾക്കുണ്ട്. നിങ്ങൾ തന്ത്രശാലിയാണോ?'

പെട്ടെന്നുള്ള ചോദ്യം കേട്ട് ഞാൻ ചിരിച്ചുപോയി. എന്നിട്ട് എനിക്ക് കഴിയുമെന്ന് ഞാൻ വിശ്വസിക്കുന്നു എന്നു പറഞ്ഞു.

'നിങ്ങൾക്ക് മോശമായ സ്വഭാവങ്ങളുണ്ടോ? മദ്യപാനിയാണോ?'

'സർ, ശരിക്കും നിങ്ങൾ പരിധി വിടുന്നു' ഞാൻ ആക്രോശിച്ചു.

നിങ്ങൾ പറഞ്ഞത് തികച്ചും ശരിയാണ്. പക്ഷേ എനിക്ക് ചോദിച്ചേ പറ്റൂ. 'ഈ എല്ലാ ഗുണവുമുള്ള നിങ്ങൾ എന്താണിങ്ങനെ ചികിൽസിക്കുന്നത്?'

ഞാൻ ചുമൽ കുലുക്കി.

'അത് കഴിഞ്ഞ കഥ. ഇനി നമുക്ക് കാര്യത്തിലേക്ക് കടക്കാം. നിങ്ങൾക്ക് പണത്തേക്കാൾ വലിയ ബുദ്ധിയുണ്ട്. അല്ലേ. നിങ്ങൾക്ക് ഞാൻ ഒന്ന് തുടങ്ങിത്തന്നാലോ?' ഇവിടെ ബ്രൂക്ക് സ്ട്രീറ്റിൽ. അത്ഭുതംകൊണ്ട് ഞാനയാളെ തുറിച്ചുനോക്കി.

അയാൾ വീണ്ടും തുടർന്നു. 'എനിക്കുവേണ്ടിയാണ്, അല്ലാതെ നിങ്ങൾക്ക് വേണ്ടിയല്ല. ഞാൻ തുറന്നു പറയട്ടെ. എന്റെ കയ്യിൽ വലിയൊരു തുകയുണ്ട്. അത് ഞാൻ നിങ്ങൾക്കായി നിക്ഷേപിക്കട്ടെ.'

'പക്ഷേ, എങ്ങനെ, എന്തുകൊണ്ട്?'

'ഇതും ഒരു കളിയാണ്, ചൂതാട്ടം, മറ്റേതിനേക്കാളും സുരക്ഷിതമായ കളി.'

'നിങ്ങൾക്കെന്നെക്കൊണ്ട് എന്താണാവശ്യം?'

'ഞാൻ പറഞ്ഞു തരാം, ഈ വീട് ഞാൻ ഒരു ആശുപത്രിയാക്കി

മാറ്റാം. എല്ലാ സൗകര്യങ്ങളും ഇവിടെ ഒരുക്കാം. എല്ലാം ഞാൻ ശരിയാക്കി ത്തരാം. നിങ്ങൾ ഇരുന്ന് ചികിത്സിച്ചാൽ മതി. നിങ്ങൾക്ക് അത്യാവശ്യ ത്തിന് വേണ്ടി പൈസയും എല്ലാം തരാം. പക്ഷേ നിങ്ങൾ സമ്പാദിക്കുന്ന തിന്റെ നാലിൽ മൂന്ന് എനിക്കുതരണം. ബാക്കി നിങ്ങൾക്കെടുക്കാം.'

'മിസ്റ്റർ ഹോംസ്, ഇതാണ് ആ അസാധാരണമായ നിർദേശം.'

ഇതുമായാണ് ബ്ലസ്സിങ്ടൺ എന്നെ സമീപിച്ചത്. ഒരുപാട് നേരത്തെ വില പേശലിന് ശേഷം ഞങ്ങൾ സന്ധിയിലെത്തിച്ചേർന്നു. ഞാൻ ചികിത്സ വീട്ടിനുള്ളിലേക്ക് മാറ്റി. അയാൾ എന്റെ സ്ഥിരരോഗിയായി ആ വീട്ടിൽ തന്നെ താമസിക്കാൻ തുടങ്ങി. അയാൾ ഹൃദയസംബന്ധമായ രോഗിയായിരുന്നു. അതിന് സ്ഥിരം ചികിത്സ വേണം. അതിനാണെന്ന് തോന്നുന്നു ഈ ഉദ്യമം. ഒന്നാം നിലയിലെ രണ്ടു മുറികൾ (കിടപ്പുമുറി, വായനമുറി) അയാൾ ഉപയോഗിച്ചു. ചില പ്രത്യേക സ്വഭാവക്കാരനാ യിരുന്നു ഇയാൾ. കൂട്ടുകെട്ട് ഇഷ്ടമില്ലായിരുന്നു. വളരെ ദുർലഭമായേ പുറത്ത് പോവുകയുള്ളൂ. ജീവിതത്തിൽ ഒരുപാട് ക്രമക്കേടുകളുള്ള മനുഷ്യനാണെങ്കിലും ഒരു കാര്യത്തിൽ ഒരിക്കലും ക്രമക്കേട് കാണിച്ചില്ല. എന്നും ഒരേ സമയത്ത് രാത്രി വന്ന് കണക്ക് നോക്കി എനിക്ക് തരേണ്ടത് കൃത്യമായി തന്ന് ബാക്കി മൂപ്പരെടുക്കും.

ഞാൻ ഉറപ്പിച്ചുപറയുകയാണ്, ഈ ചൂതാട്ടത്തിൽ അയാൾക്ക് ഒരി ക്കലും ഖേദം തോന്നിയിട്ടില്ല. തുടക്കത്തിലേ വിജയമായിരുന്നു. പെട്ടെന്ന് ഞാൻ പുരോഗതിയിലെത്തിച്ചു. കഴിഞ്ഞ കുറച്ചു വർഷത്തിനു ള്ളിൽ ഞാൻ അയാളെ ധനികനാക്കി.

ഇതൊക്കെ ഞാനും ബ്ലസ്സിങ്ടണുമായുള്ള കഴിഞ്ഞകാല ബന്ധ ങ്ങൾ. 'പക്ഷേ മിസ്റ്റർ ഹോംസ് ഇന്ന് രാത്രി ഞാനിവിടെ വന്നതെന്തിനെ ന്നറിയേണ്ടേ?'

കുറച്ച് ആഴ്ചകൾക്ക് മുമ്പ് ബ്ലസ്സിങ്ടൺ കോപാന്ധനായി എന്റ ടുത്ത് വന്നു. ഒരു കവർച്ചയെപ്പറ്റി അയാൾ വിവരിച്ചു. അനാവശ്യമായ ഒരു ആവേശം അയാളിൽ കണ്ടു. പെട്ടെന്ന് നല്ല ഉറപ്പുള്ള താക്കോലും പൂട്ടും വാങ്ങി എല്ലാ ഗെയിറ്റുകളും അടയ്ക്കണമെന്നും മറ്റും പറഞ്ഞു. ഒരാഴ്ചയോളം അയാൾ അസ്വസ്ഥനായിരുന്നു. ജന്നലിലൂടെ ഇടയ്ക്കിട ക്ക് എത്തിനോക്കും. സാധാരണയുള്ള വൈകുന്നേരത്തെ നടത്തം അയാ ൾ നിർത്തി. അയാളുടെ ഭാവം കണ്ടിട്ട് ആരെയോ എന്തിനെയോ അയാൾ വല്ലാതെ ഭയപ്പെടുന്നുണ്ടെന്ന് തോന്നുന്നു. ഞാനതിനെപ്പറ്റി ചോദിച്ച പ്പോൾ എന്നോട് മോശമായി പെരുമാറി ഈ വിഷയം ഇവിടെവെച്ച് നിർ ത്താൻ ആവശ്യപ്പെട്ടു. മെല്ലെമെല്ലെ അയാളുടെ പേടി ഇല്ലാതായി, പഴയ സ്വഭാവത്തിലേക്ക് തിരിച്ചുവന്നു.

എന്താണ് സംഭവിച്ചതെന്ന് പറയാം. രണ്ടുദിവസം മുമ്പ് എനിക്ക് ഈ കത്ത് കിട്ടി, ഞാനത് വായിച്ചുതരാം. ഇതിൽ അഡ്രസ്സോ തീയതിയോ ഇല്ലായിരുന്നു. കത്തിലെ വാചകങ്ങൾ ഇങ്ങനെയാണ്, 'ഇപ്പോൾ ഇംഗ്ല ണ്ടിൽ തങ്ങുന്ന റഷ്യക്കാരനായ ഒരു മാന്യന് ഡോ. പേഴ്സി ട്രവില്ല്യനെ നേരിട്ടൊന്ന് കാണണം. കുറച്ചുകാലമായി സന്നിപാതം പിടിപെട്ട് ബുദ്ധി

മുട്ടുകയാണ്. ഇതിന് ഡോക്ടർ അറിയപ്പെടുന്ന വിദഗ്ധനായതുകൊണ്ടാണ് വരുന്നത്. നാളെ വൈകുന്നേരം 6.15ന് വന്നാൽ ഡോക്ടർ ഉണ്ടാവില്ലേ?'

ഈ കത്ത് എനിക്ക് വളരെ അധികം സന്തോഷം നൽകി. സന്നിപാതം പഠിക്കാൻ വളരെ ബുദ്ധിമുട്ടാണ്. കാരണം രോഗികളെ കിട്ടാറില്ല എന്നതുതന്നെ. അതിനായി അയാളുടെ വരവിനായി ജിജ്ഞാസയോടെ കാത്തിരുന്നു.

സമയത്തുതന്നെ അയാൾ വന്നു. ഒരു മുതിർന്ന മനുഷ്യൻ, മെലിഞ്ഞ ഒരു സാധാരണ മനുഷ്യൻ. എന്റെ മനസിലെ മാന്യനായ റഷ്യക്കാരന്റെ രൂപത്തിന് ചേരാത്ത ഒരാൾ. ഒരു സുന്ദരനായ ചെറുപ്പക്കാരൻ കൂടെയുണ്ടായിരുന്നു. വൃദ്ധന്റെ കൈപിടിച്ച് സ്നേഹത്തോടെ കസേരയിലിരുത്തി. കൊഞ്ചുന്ന ഒരു ശൈലിയായിരുന്നു അദ്ദേഹത്തിന്. 'ഇത് എന്റെ അച്ഛനാണ്. അച്ഛന്റെ ആരോഗ്യത്തിൽ ഞാൻ അസ്വസ്ഥനാണ്.'

അയാളുടെ അച്ഛനോടുള്ള താൽപ്പര്യം കണ്ട് ഞാൻ പരിശോധിക്കുമ്പോൾ കൂടെ നിന്നോളാൻ പറഞ്ഞു. ഭീതിയോടെ അവൻ നിരസിച്ചു. 'അദ്ദേഹത്തിന് അപസ്മാര ബാധയുണ്ടാകുമ്പോൾ എനിക്ക് കണ്ടുനിൽക്കാൻ കഴിയില്ല. ഞാൻ അടുത്ത മുറിയിൽ കാത്തിരിക്കാം.' എന്നും പറഞ്ഞ് പുറത്ത് പോയി.

ഞാൻ പരിശോധന തുടങ്ങി. എല്ലാകാര്യവും കുറിച്ചുകൊണ്ടിരുന്നു. ഉത്തരങ്ങൾ വ്യക്തമല്ലാത്തതുപോലെ തോന്നി. ഇംഗ്ലീഷ് ഭാഷ ശരിക്കറിയാഞ്ഞിട്ടായിരിക്കാം എന്ന് ഞാൻ കരുതി. എഴുതിക്കൊണ്ടിരിക്കെ അയാൾ ശാന്തനായി, എന്റെ ചോദ്യങ്ങൾക്ക് ഉത്തരം നൽകിയില്ല. ഞാൻ മുഖമുയർത്തിനോക്കിപ്പോൾ അയാൾ കസേരയിൽ വടിപോലെയിരിക്കുന്നു. അപസ്മാരബാധ വന്നതായിരുന്നു.

എനിക്കയാളോട് ദയ തോന്നി. അതേസമയം ഉള്ളിൽ സന്തോഷവും. കാരണം ഒരു ഡോക്ടർ എന്ന നിലയ്ക്ക് ദുർലഭ നിമിഷമായിരുന്നു അത്. അയാളുടെ ശരീരത്തിന്റെ താപനിലയും ഹൃദയമിടിപ്പും പരിശോധിച്ചു. ഇതെല്ലാം സാധാരണ നിലയിലായിരുന്നു. അപസ്മാരമുണ്ടായാൽ ഒരു പ്രത്യേക മരുന്ന് മൂക്കിൽ വലിക്കാൻ കൊടുക്കണം. അത് താഴത്തെ നിലയിലാതുകൊണ്ട് ഓടിപ്പോയി എടുത്തുകൊണ്ടു വന്നു. അഞ്ചു നിമിഷമെടുത്തിട്ടില്ല ഞാൻ. തിരിച്ചുവന്നു മുറിയിൽ നോക്കിയപ്പോൾ രോഗി അവിടെ ഇല്ല. മകനെത്തേടി, മകനുമില്ല. എന്റെ കാവലിന് നിൽക്കുന്ന കുട്ടി പുതിയതായിരുന്നു. അവനും ശ്രദ്ധിച്ചില്ല. കുറച്ച് കഴിഞ്ഞ് മിസ്റ്റർ ബ്ലസ്സിങ്ടൺ വന്നു. അയാളോട് ഞാൻ ഒന്നും പറഞ്ഞില്ല. കഴിയുന്നതും അയാളുമായുള്ള സംസാരം പൊതുവെ ഞാൻ ഒഴിവാക്കാറാണ് പതിവ്. പിന്നീട് അച്ഛനെയും മകനെയും ഞാൻ കണ്ടില്ല. പക്ഷേ ഇന്ന് അതേ സമയം രണ്ടുപേരും എന്റെ മുറിയിലേക്ക് കടന്നു വന്നു. വന്ന ഉടനെ ക്ഷമാപണമായിരുന്നു. 'ഞാൻ ഇന്നലെ പെട്ടെന്ന് പോയതിൽ ക്ഷമിക്കണം. അപസ്മാരം വന്നാൽ മുമ്പ് പറഞ്ഞതും ചെയ്തതും കുറച്ചുനേരം ഓർമയുണ്ടാകില്ല. ഒരു മയക്കത്തിലാണ് ഞാൻ പുറത്ത് പോയത്.'

ഞാൻ പറഞ്ഞു, 'ഞാൻ അത്ഭുതപ്പെട്ടുപോയി.'

മകൻ പറഞ്ഞത് അച്ഛൻ പുറത്ത് വരുന്നതു കണ്ടപ്പോൾ പരിശോധന കഴിഞ്ഞ് വരികയാണെന്ന് കരുതി അവനും കൂടെ നടന്നത് എന്ന്. വീട്ടിലെത്തിയ ശേഷമാണു പോലും അച്ഛൻ അവനോട് വിവരം പറഞ്ഞത്.

ഞാൻ ചിരിച്ചുകൊണ്ട് പറഞ്ഞു, 'ശരി, പ്രശ്നമൊന്നുമില്ല. നീ പുറത്തിരുന്നാൽ ഞാൻ ഇന്നലെ നിർത്തിവെച്ച പരിശോധന പൂർത്തിയാക്കാം.'

അരമണിക്കൂറോളം ഞാൻ ആ വൃദ്ധനുമായി രോഗലക്ഷണങ്ങളെപ്പറ്റി ചർച്ചചെയ്തു. പിന്നീട് മരുന്നിന്റെ കുറിപ്പ് എഴുതിക്കൊടുത്തു. പിന്നീട് അച്ഛനും മകനും ഒന്നിച്ച് പോകുന്നതും ഞാൻ കണ്ടു. ഈ സമയത്താണ് എന്നും മിസ്റ്റർ. ബ്ലസ്സിങ്ടൺ നടത്തം കഴിഞ്ഞ് തിരിച്ചു വരാറ്. ഇന്നും വന്നു, നേരെ അയാളുടെ മുറിയിലേക്ക് പോയി. കുറച്ചു കഴിഞ്ഞപ്പോൾ അയാൾ ഓടിക്കൊണ്ടുവന്നു. എന്റെ മുറിയിൽ ഭ്രാന്തനെപ്പോലെ വന്ന് പൊട്ടിത്തെറിച്ചു.

'എന്റെ മുറിയിലാരായിരുന്നു?'

'ആരുമില്ല' ഞാൻ പറഞ്ഞു.

'നിങ്ങൾ നുണ പറയുകയാണ്', അയാൾ അലറി.

'വന്ന് നോക്കൂ.' എന്നെയും കൊണ്ട് അയാളുടെ മുറിയിലേക്ക് പോയി. പരവതാനി നിറയെ കാൽപ്പാടുകളായിരുന്നു. 'ഇതൊക്കെ എന്റേതാണെന്നാണോ നിങ്ങൾ പറയുന്നത്?'

അയാളുടെ കാലിനേക്കാളും വലിയ പാടുകളായിരുന്നു, വളരെ പുതിയതും, ഇന്ന് വൈകുന്നേരം മഴ പെയ്തത് നിങ്ങൾക്കറിയാമല്ലോ. അച്ഛനും മകനും മാത്രമാണ് ഇന്ന് വന്നത്. ഞാൻ പരിശോധിക്കുമ്പോൾ അവൻ പോയിരിക്കാം. കാരണമെന്തെന്നറിയില്ല. ഒന്നും തൊട്ടിട്ടില്ല, എടുത്തിട്ടുമില്ല. പക്ഷേ കാൽപ്പാടുകൾ തെളിയിക്കുന്നത് ആരോ പ്രവേശിച്ചിട്ടുണ്ടെന്നാണ്.

ബ്ലസ്സിങ്ടൺ ഇതെന്താണെന്നറിയാതെ ഭ്രാന്തു പിടിച്ചിരിക്കയാണ്. അയാൾ ഇരുന്ന് കരയുകയാണ്. എനിക്ക് ഒന്നും പറയാൻ കഴിഞ്ഞില്ല. അയാളാണ് എന്നോട് നിങ്ങളുടെ അടുത്ത് വരാൻ പറഞ്ഞത്. "നിങ്ങളെന്റെ കൂടെ വരികയാണെങ്കിൽ നിഗൂഢത ഇല്ലാതാക്കാൻ കഴിയും അയാൾക്ക് ആശ്വാസവുമാകും."

വളരെ താൽപ്പര്യത്തോടെ ഈ നീണ്ട കഥ ഹോംസ് ശ്രദ്ധിക്കുകയായിരുന്നു. ഡോക്ടർ സംസാരം നിർത്തിയ ഉടനെ ഹോംസ് ചാടിയെഴുന്നേറ്റ് തൊപ്പിയെടുത്തിട്ടു. എന്റേതെടുത്ത് എനിക്ക് തന്നു. നേരെ മുൻവശത്തെ വാതിലിലെത്തി. ഡോക്ടറും പിന്നാലെ വന്നു. പതിനഞ്ചു മിനിട്ടുകൊണ്ട് ഞങ്ങൾ ബ്രൂക്ക് സ്ട്രീറ്റിലെ ഡോക്ടറുടെ വസതിയിലെത്തി. ഒരു ആൺകുട്ടി വന്ന് വാതിൽ തുറന്നു. പിന്നെ പരവതാനി വിരിച്ച വലിയ കോണിപ്പടികൾ കയറി മുകളിലെത്തി.

പെട്ടെന്ന് ഒരു സംഭവം ഞങ്ങളെ തടഞ്ഞു. മുകളിലത്തെ വിള

ക്കുകൾ പെട്ടെന്ന് അണഞ്ഞു. വിറയ്ക്കുന്ന ഭയങ്കരശബ്ദത്തിൽ ഇരുട്ടിൽ നിന്ന് ആരോ അലറിക്കൊണ്ട് പറഞ്ഞു. "എന്റെ കയ്യിൽ തോക്കുണ്ട്. മുന്നോട്ട് നീങ്ങിയാൽ ഞാൻ വെടിവെയ്ക്കും."

"ഇത് കുറച്ച് കൂടിപ്പോയി, മിസ്റ്റർ ബ്ലസ്സിങ്ടൺ" ഡോക്ടർ ട്രിവ ല്ല്യൻ അലറി.

വളരെ ആശ്വാസ ശബ്ദത്തിൽ, "ഓ.. നിങ്ങളായിരുന്നോ ഡോക്ടർ. പക്ഷേ മറ്റു രണ്ടുപേർ, അവർ ആരാണ്?" കുറച്ചുനേരം നിശ്ശബ്ദമായി അയാൾ ഞങ്ങളെ സൂക്ഷ്മമായി വീക്ഷിച്ചു. പിന്നെ പറഞ്ഞു, "ശരി, നിങ്ങൾക്ക് വരാം. എന്റെ മുൻകരുതലുകൾ നിങ്ങളെ ശല്യപ്പെടു ത്തി യോ?"

പറയുന്നതിനിടയിൽ അയാൾ വിളക്കു തെളിയിച്ചു. അയാൾക്ക് ഒരു പ്രത്യേക രൂപമായിരുന്നു. തടിയനായിരുന്നു. മുൻപ് ഇതിലും തടിയുണ്ടാ യിരുന്നെന്നു തോന്നുന്നു. കാരണം മുഖത്ത് തോലു തൂങ്ങിക്കിടക്കുന്നു ണ്ടായിരുന്നു. വല്ലാതെ വിളറിയിരുന്നു. ആകെ അങ്കലാപ്പിലായിരുന്നു. കയ്യിൽ തോക്ക് പിടിച്ചിട്ടുണ്ടായിരുന്നു. ഞങ്ങൾ മുന്നോട്ട് നീങ്ങിയപ്പോൾ അയാൾ തോക്ക് കീശയിലേക്കിട്ടു.

"ഗുഡ് ഈവിനിങ്" മിസ്റ്റർ ഹോംസ്. വന്നതിൽ വളരെ നന്ദിയുണ്ട്. എനിക്ക് നിങ്ങളുടെ സഹായം അത്യാവശ്യമാണ്. ഡോക്ടർ എന്റെ മുറി യിലെ മാപ്പിനർഹതയില്ലാത്ത അതിക്രമത്തെപ്പറ്റി പറഞ്ഞിട്ടുണ്ടാ കു മല്ലോ.

"അതെ, ആരാണ് ആ രണ്ടുപേർ, അവർ എന്തിന് നിങ്ങളെ ഉപദ്ര വിക്കണം" എന്ന് ഹോംസ് ചോദിച്ചു. ഒരു ഭ്രാന്തനെപ്പോലെ ബ്ലസ്സിങ്ടൺ മറുപടി പറഞ്ഞു:

"ശരി, ശരി, അതൊക്കെ പറയാൻ ബുദ്ധിമുട്ടാണ്. ഞാൻ ഉത്തരം പറയുമെന്ന് നിങ്ങൾ പ്രതീക്ഷിക്കുകയും വേണ്ട.

"നിങ്ങൾക്ക് അറിയില്ലെന്നാണോ ഉദ്ദേശിക്കുന്നത്."

"ഉള്ളിൽ വരൂ ദയവു ചെയ്ത് ഉള്ളിൽ വരൂ" എന്നു പറഞ്ഞ് അയാൾ ഞങ്ങളെ സുന്ദരമായ ഒരു കിടപ്പുമുറിയിലേക്ക് നയിച്ചു.

ഒരു കറുത്തപെട്ടി ചൂണ്ടിക്കാണിച്ചുകൊണ്ട് ബ്ലസ്സിങ്ടൺ പറഞ്ഞു തുടങ്ങി, 'നിങ്ങളത് കണ്ടോ, ഞാനൊരിക്കലും ഒരു ധനവാനല്ല. ഞാനാ കെ ഒരിക്കൽ മാത്രമെ എന്റെ പണം നിക്ഷേപിച്ചിട്ടുള്ളൂ. അത് ഡോക്ടർ ട്രവല്ല്യൻ നിങ്ങളോട് പറഞ്ഞിട്ടുണ്ടാകും. എനിക്ക് ബാങ്കുകളെ വിശ്വാ സമില്ല. എനിക്ക് എത്ര സമ്പാദ്യമുണ്ടോ അത് ആ പെട്ടിയിലാണ്. അപ്പോൾ അപരിചിതർ എന്റെ മുറിയിൽ അതിക്രമിച്ചു കടന്നാൽ എന്റെ മാനസികാവസ്ഥ എന്തായിരിക്കും?'

ഒരു ചോദ്യഭാവത്തിൽ ബ്ലസ്സിങ്ടനെ നോക്കുകയും നിഷേധാർഥ ത്തിൽ തലയാട്ടുകയും ചെയ്തു.

"നിങ്ങളെന്നെ ചതിക്കാൻ ശ്രമിച്ചാൽ എനിക്ക് നിങ്ങളെ ഉപദേശി ക്കാൻ പറ്റില്ല" എന്ന് ഹോംസ് പറഞ്ഞു.

"പക്ഷേ ഞാനെല്ലാം നിങ്ങളോട് പറഞ്ഞില്ലേ."

തൃപ്തനല്ലാത്തതുപോലെയുള്ള ആംഗ്യത്തിൽ ഹോംസ് പോകാനായി തിരിഞ്ഞ് പറഞ്ഞു, "ഗുഡ് നൈറ്റ്" ഡോ. ട്രവല്ല്യൻ.

"നിങ്ങളെന്നെ ഉപദേശിക്കാൻ പോകുന്നില്ലേ?" തകരുന്ന ശബ്ദത്തിൽ ബ്ലസ്സിങ്ടൺ ചോദിച്ചു.

"സത്യം പറഞ്ഞാൽ, ഉപദേശിക്കാം."

ഒരു നിമിഷം കഴിഞ്ഞ് ഞങ്ങൾ തെരുവിലൂടെ വീട്ടിലേക്ക് നടക്കുകയായിരുന്നു. പാതിവഴിയിലെത്തിയപ്പോൾ ഹോംസ് സംസാരിച്ചു. "വിഫലമായ ഈ കാര്യത്തിന് രാത്രി കൊണ്ടു വന്നതിൽ ഖേദമുണ്ട്. വാട്സൺ പക്ഷേ ഇത് അടിത്തട്ടിൽ വളരെ രസകരമായ ഒന്നാണ്."

"എനിക്ക് മനസിലായില്ല." ഞാൻ തുറന്നു പറഞ്ഞു.

ശരി, ഇവിടെ രണ്ടുപേർ ഉണ്ട്. അവർക്ക് ഏതോ കാരണംകൊണ്ട് ബ്ലസ്സിങ്ടണിനെ ആവശ്യമുണ്ട്. രണ്ടു പ്രാവശ്യവും ആ ചെറുപ്പക്കാരൻ അയാളുടെ മുറിയിൽ കയറിയിട്ടുണ്ട്. ആ സമയത്ത് അയാളുടെ കൂട്ടാളി തന്ത്രപൂർവം ഡോക്ടറെ ഒഴിവാക്കുന്നു.

"അപ്പോൾ അപസ്മാരമോ?"

"വാട്സൺ, അതെല്ലാം വെറും അഭിനയം. ഞാൻ ഡോക്ടറെ കുറ്റം പറയുകയല്ല. ഈ അനുകരണം എനിക്കുപോലും പറ്റും."

"എന്നിട്ടോ?"

ഭാഗ്യത്തിന് രണ്ട് അവസരങ്ങളിലും ബ്ലസ്സിങ്ടൺ പുറത്തായിരുന്നു. അവരുടെ വരവ് വൈകുന്നേരമാക്കിയത് ആ സമയത്ത് മറ്റ് രോഗികൾ ഉണ്ടാകരുത് എന്ന് കരുതിയിട്ടാണ്. ഈ സമയം മറ്റൊരു കാര്യവും ഒത്തുചേർന്നു. ബ്ലസ്സിങ്ടൺ നടക്കുന്ന സമയവുമാണ്. അത് അവർക്കറിയില്ല. പണമാണ് ഉദ്ദേശ്യമെങ്കിൽ അത് കണ്ടെത്താനുള്ള ശ്രമമെങ്കിലും അവർ നടത്തും. പോരാത്തതിന് അയാളുടെ കണ്ണുകളിൽ മരണഭയം ഉണ്ടായിരുന്നു. ഈ ഭീകര ശത്രുക്കളെ അറിയില്ലെന്ന് പറയുന്നത് ശുദ്ധ നുണയാണ്. അവർ ആരാണെന്ന് അയാൾക്ക് അറിയാം. എന്തിനാണ് ഒളിക്കുന്നത് എനിക്കറിയില്ല. നാളെ പറഞ്ഞു തരുമായിരിക്കും.

ഞാനൊരു നിർദേശം പറഞ്ഞു: "ഞാനിതിന് മറ്റൊന്ന് പറഞ്ഞു തരട്ടെ, സംഭവിക്കാൻ സാധ്യത കുറവാണ്, എങ്കിലും, ഈ കഥ മുഴുവൻ ഡോ. ട്രിവല്ല്യന്റെ സ്വന്തം സൃഷ്ടിയാണെങ്കിലോ. ഡോക്ടർ തന്നെ ബ്ലസ്സിങ്ടണിന്റെ മുറിയിൽ മറ്റെന്തോ ആവശ്യത്തിന് പോയതാണെങ്കിലോ?

എന്റെ നിർദേശത്തെ എതിർക്കുന്ന ഭാവത്തിൽ ഡോ. ഹോംസ് ചിരിച്ചു. എന്നിട്ടിങ്ങനെ പറഞ്ഞു: "ഞാനും ആദ്യം അങ്ങനെയാണ് കരുതിയത്. പിന്നീടാണ് കഥ സത്യമാണെന്ന് ഞാൻ കരുതിയത്. ഞാൻ മുറിയിലെത്തി കാൽപ്പാടുകൾ കണ്ടപ്പോൾ തിരുത്തിയതാണ് ഈ കഥ. തൽക്കാലം നമുക്കിത് ഇവിടെ നിർത്താം. നാളെ പുതിയ വാർത്ത കേട്ട് വീണ്ടും തുടങ്ങാം."

ഹോംസിന്റെ പ്രവചനം അതിഗംഭീരമായിരുന്നു. പിറ്റേന്ന് 7.30ന് ഹോംസ് എന്നെ വിളിച്ചുണർത്തി. "നമ്മളെയും കാത്ത് ഡോക്ടറുടെ

വണ്ടി പുറത്ത് കിടക്കുന്നു."

"എന്താ സംഭവിച്ചത്, പുതിയ വല്ല വാർത്തയും?"

"ദുരന്തമാണ്. പക്ഷേ വ്യക്തമല്ല. ഇതാ ഈ സന്ദേശം കണ്ടോ. പെൻസിൽ കൊണ്ടാണ് എഴുതിയത്, ദൈവത്തെ ഓർത്ത് വേഗം വരിക. നമ്മുടെ സുഹൃത്ത് നിരാശനാണ്. വേഗം വരണം. അത്യാവശ്യവിളിയാണെന്ന് ഓർക്കുക."

പതിനഞ്ചു നിമിഷംകൊണ്ട് ഞങ്ങൾ വീണ്ടും ഡോക്ടറുടെ വീട്ടിലെത്തി. അയാൾ ഓടി വന്ന് പറഞ്ഞു "ഭീകരമായിപ്പോയി." പേടിയോടെ ഡോക്ടർ അലറി "എന്ത് സംഭവിച്ചു?"

"ബ്ലസ്സിങ്ടൺ ആത്മഹത്യ ചെയ്തിരിക്കുന്നു. ഇന്നലെ രാത്രി തൂങ്ങി മരിച്ചതാണ്."

ഡോക്ടർ ഞങ്ങളെ വിശ്രമമുറിയിൽ കൊണ്ടു പോയി. "ഞാനാകെ പരിഭ്രമിച്ചിരിക്കയാണ്. പൊലീസ് മുകളിലുണ്ട്. ഈ സംഭവം എന്നെയാകെ കുലുക്കിയിരിക്കുന്നു" എന്നു പറഞ്ഞു.

"എപ്പോഴാണ് കണ്ടത്?"

എന്നും രാവിലെ ഒരു കപ്പ് ചായ കുടിക്കും. വേലക്കാരി ഏഴുമണിക്ക് ചായയുമായി മുറിയിൽ കയറിയപ്പോൾ ഈ ഹതഭാഗ്യൻ മുറിയുടെ മധ്യത്തിൽ തൂങ്ങിക്കിടക്കുകയാണ്. വലിയ വിളക്ക് കൊളുത്തുന്ന നാട ഉപയോഗിച്ചാണ് തൂങ്ങിയത്. ഇന്നലെ കാണിച്ച ആ വലിയപെട്ടിമേൽ കയറി ചാടി കുരുക്കി മരിച്ചു."

ഹോംസ് കുറച്ചുനേരം ആലോചിച്ച് ഡോക്ടറോട് ചോദിച്ചു: "ഞാൻ മുകളിൽപ്പോയി അതൊന്ന് കാണുന്നതിൽ എതിർപ്പില്ലല്ലോ."

ഞങ്ങൾ മൂന്നും മുകളിലേക്ക് പോയി. കൊളുത്തിൽ അയാളുടെ ശവം തൂങ്ങിക്കിടക്കുന്നുണ്ടായിരുന്നു. അയാൾ വലിയ, രാത്രിയിടുന്ന കുപ്പായമാണ് ധരിച്ചത്. കിടപ്പുമുറിയിൽ ശവത്തിനരികിലായി ചുറുചുറുക്കുള്ള ഒരു പൊലീസുകാരൻ എന്തൊക്കെയോ ഒരു പുസ്തകത്തിൽ കുറിച്ചെടുക്കുന്നുണ്ടായിരുന്നു.

ഹോംസ് മുറിയിൽ കടക്കുന്നത് കണ്ട്: "മിസ്റ്റർ: ഹോംസ്, കണ്ടതിൽ അതിയായ സന്തോഷം."

"സുപ്രഭാതം, ലാനർ, ഞാൻ അതിക്രമിക്കുന്നതാണെന്ന് കരുതില്ലല്ലോ. ഇതിലേക്ക് നയിച്ച സംഭവങ്ങളൊക്കെ കേട്ടിട്ടുണ്ടാകുമല്ലോ?"

"ആ, കുറെ കേട്ടിട്ടുണ്ട്."

"വല്ല അഭിപ്രായവും തയാറാക്കിയോ?"

"എനിക്കുതോന്നുന്നത് ഇയാൾക്ക് പേടികൊണ്ട് ഭ്രാന്തായി എന്നാണ്. കണ്ടോ ഈ കിടക്കയിൽ നന്നായി ഉറങ്ങിയതാണ്."

"വ്യക്തമായ പാട് കണ്ടോ. ആത്മഹത്യകൾ പലപ്പോഴും പ്രഭാതത്തിലാണ് സംഭവിക്കാറ്. ഇയാളും മരിച്ച സമയം അതുതന്നെയാണെന്ന് തോന്നുന്നു. വളരെ കണക്കുകൂട്ടി ചെയ്തതാണിത്."

"അയാളുടെ പേശികളുടെ ഉറപ്പ് വെച്ചുനോക്കുമ്പോൾ മൂന്ന് മണിക്കൂർ മുമ്പാണ് മരണം നടന്നത്" എന്നു ഞാൻ പറഞ്ഞു.

"മുറിയിൽ വല്ല പ്രത്യേകതകളും കണ്ടോ?" ഹോംസ് ചോദിച്ചു.

"വാഷ് ബേസിന്റടുത്ത് പുകയില കാണുന്നുണ്ട്. രാത്രി ആരോ നന്നായി പുകവലിച്ചിട്ടുണ്ട്. ഇവിടെ മൂന്നു നാല് സിഗരറ്റ് കുറ്റികളുമുണ്ട്."

"സിഗരറ്റിന്റെ പെട്ടി കണ്ടോ?"

"അതെ, കോട്ടിന്റെ പോക്കറ്റിൽ സിഗരറ്റിന്റെ പെട്ടിയുണ്ട്."

ഹോംസ് ഓരോ കുറ്റി പൊട്ടിച്ച് മണത്തുനോക്കി "ഇത് വാവാന യാണ്" ഇത് ഡച്ചിൽ നിന്നു കൊണ്ടുവന്നതാണ്. ഓരോന്നും ഭൂതക്ക ണ്ണാടി വെച്ച് പരിശോധിച്ചു. രണ്ടെണ്ണം പരന്ന കത്തികൊണ്ട് മുറിച്ചതാ ണ്. രണ്ടെണ്ണം നല്ല മൂർച്ചയുള്ള പല്ലുകൊണ്ടും. ഇത് ആത്മഹത്യയല്ല. ഇത് വളരെയധികം നന്നായി പദ്ധതി തയാറാക്കി നടത്തിയ ക്രൂരമായ കൊലപാതകമാണ്.

"അസാധ്യം" ഇൻസ്പെക്ടർ പറഞ്ഞു.

"എന്തുകൊണ്ട്?"

"എന്തിനാ മനുഷ്യൻ ഒരാളെ കൊല്ലുന്നതിന് ഇത്ര വൃത്തികെട്ട രീതി തെരഞ്ഞെടുക്കുന്നത്?"

"അതാണ് നമ്മൾ കണ്ടെത്തേണ്ടത്."

"എങ്ങനെ അവർ ഉള്ളിലെത്തി?"

"മുന്നിലത്തെ വാതിൽ വഴി."

"രാവിലെ അത് അടച്ചിട്ടിരുന്നു."

പിന്നീട് അവർ വന്നതിനുശേഷം വീണ്ടും അടച്ചു.

"നിങ്ങൾക്കെങ്ങനെ അറിയാം?"

"ഞാനവരുടെ അടയാളങ്ങൾ കണ്ടു. ഒരു നിമിഷത്തേക്ക് ക്ഷമി ക്കുക. നിങ്ങൾക്ക് കൂടുതൽ വിവരങ്ങൾ തരാൻ എനിക്ക് പറ്റും."

ഹോംസ് നേരെ മുൻ വാതിലിന്റെ അടുത്ത് പോയി പൂട്ട് പരിശോ ധിച്ചു. അതിന്റെ താക്കോൽ എടുത്തു. കിടക്ക, പരവതാനി, കസേരകൾ, ചിത്രങ്ങൾ, ശവം, ചരട് എല്ലാം പരിശോധിച്ചു. പിന്നീട് ശവം താഴെ എടുത്ത് കിടത്തി.

"ഈ കയർ എവിടെനിന്നു വന്നു." അയാൾ ചോദിച്ചു.

"ഇതിൽ നിന്ന് മുറിച്ചെടുത്തതാണ്" ഡോ.ട്രവല്ല്യൻ ഇതും പറഞ്ഞു കൊണ്ട് കട്ടിലിനടിയിൽ നിന്ന് ഒരു കെട്ട് കയറെടുത്ത് കാട്ടി. "ഇയാൾക്ക് തീയെ ഭയങ്കര പേടിയാണ്. അതുകൊണ്ട് ഈ കയർ ഇതിനടിയിൽ സൂക്ഷിക്കും. തീപ്പിടിച്ചാൽ ജനൽ വഴി രക്ഷപ്പെടാനാണ് ഈ കയർ."

"അത് അവർക്ക് പ്രശ്നങ്ങളിൽ നിന്ന് രക്ഷയായി." എന്ന് ചിന്ത യോടെ ഹോംസ് പറഞ്ഞു. "ശരിയായ വസ്തുതകൾ വളരെ വ്യക്തമാ ണ്. ഉച്ചയാകുമ്പോഴേയ്ക്കും പൂർണമായ കാരണങ്ങൾ ഞാൻ തരാം. ബ്ലസ്സിങ്ടണിന്റെ ഈ ചിത്രം ഞാനെടുക്കുകയാണ്. ഇത് എന്നെ അന്വേ ഷണത്തിന് സഹായിക്കും."

"പക്ഷേ നിങ്ങളൊന്നും ഞങ്ങളോട് പറഞ്ഞില്ലല്ലോ." ഡോക്ടർ അലറി.

"എന്താ സംഭവിച്ചത് എന്നതിന് യാതൊരു സംശയവുമില്ല." എന്ന്

ഹോംസ് പറഞ്ഞു. "അവർ മൂന്നുപേരുണ്ടായിരിക്കാം. വൃദ്ധൻ, ചെറുപ്പക്കാൻ പിന്നെ മൂന്നാമനെപ്പറ്റിയാതൊരു സൂചനയും ലഭിച്ചിട്ടില്ല. ഈയടുത്തായി ഡോക്ടർ നിയമിച്ച ആ ആൺകുട്ടിയെ നിങ്ങൾ അറസ്റ്റു ചെയ്യണം, ഇൻസ്പെകട്ർ."

"ആ കുട്ടിത്തെമ്മാടിയെ കാണാനില്ല." ഡോക്ടർ പറഞ്ഞു. "മറ്റുള്ള ജോലിക്കാർ അവനെ തേടുകയാണ്."

ചുമലു കുലുക്കിക്കൊണ്ട് ഹോംസ് പറഞ്ഞു, "ഈ നാടകത്തിൽ പ്രധാന പങ്ക് വഹിച്ചത് ആ കുട്ടിയാണ്. മൂന്നുപേരും ശബ്ദമുണ്ടാക്കാതെ അകത്ത് കടന്നു. വൃദ്ധൻ ആദ്യം കടന്ന്, രണ്ടാമത് ചെറുപ്പക്കാരൻ, മൂന്നാമത് ആ അറിയാത്തവൻ."

"നിങ്ങൾക്കെങ്ങനെയാണ് ഇത്ര ഉറപ്പ്" ഞാൻ ഇടയിൽ കയറി ചോദിച്ചു.

ആ കാൽപ്പാടുകളെപ്പറ്റി യാതൊരു സംശയവുമില്ല. ഇന്നലെ രാത്രി അത് പഠിക്കാനുള്ള സൗകര്യം എനിക്ക് കിട്ടിയിട്ടുണ്ട്. ഞാനിതു പറഞ്ഞുകൊണ്ടിരിക്കുമ്പോൾ അവർ മുറിക്കുള്ളിലേക്ക് കടന്നു. മുറിപൂട്ടിക്കിടക്കുന്നതുകണ്ടു. ഒരു കമ്പി ഉപയോഗിച്ച് തുറക്കാൻ ശ്രമിച്ചു. ഇവിടെ പോറലേറ്റതു കാണാം.

മുറിയിൽ കടന്ന അവർ ബ്ലസ്സിങ്ടണിനെ ആക്രമിച്ചിരിക്കാം. പേടിച്ചരണ്ട അയാൾക്ക് ശബ്ദം പുറത്ത് വന്നിരിക്കില്ല. ഇനി അഥവാ ശബ്ദിച്ചാലും ഈ ചുമരുകൾക്കപ്പുറം എത്തില്ല.

അയാളെ കെട്ടിപ്പൊക്കിയതിനുശേഷം അവർ ചർച്ച ചെയ്തിട്ടുണ്ടാകാം. കോടതിയിലെപ്പോലെ ഒരു വിചാരണയായിരിക്കും. ആ സമയത്തായിരിക്കും സിഗരറ്റു വലിച്ചത്.

മുമ്പേ നിശ്ചയിച്ച ഒരു കൊലപാതകമാണിത്. ശവം വലിച്ച് മേലെയുള്ള കൊളുത്തിലെത്തിക്കാനുള്ള സാമഗ്രികളെല്ലാം അവർ കൊണ്ടുവന്നിട്ടുണ്ടാകും. അവരുടെ ജോലിതീർത്ത് അവർ രക്ഷപ്പെട്ടിരിക്കും."

"നമ്മളിതുവരെ കേട്ടത് ഇന്നലെ രാത്രി ഇവിടെ നടന്നതിന്റെ സൂക്ഷ്മ വിവരണമാണ്. ഒരു ഉഗ്രൻ വിവരണമാണിവിടെ നടന്നത്, അതും അദൃശ്യമായ സൂചനകളാൽ." ആൺകുട്ടിയെപ്പറ്റി വിവരം നേടാനായ് ഇൻസ്പെക്ടർ പുറത്തേക്ക് കുതിച്ചു. ആ സമയത്ത് ഞാനും ഹോംസും പ്രാതലിനായി ബേക്കർ സ്ട്രീറ്റിൽ വന്നു.

ഭക്ഷണം കഴിഞ്ഞശേഷം ഹോംസ് പറഞ്ഞു "മൂന്ന് മണിക്ക് മുമ്പ് ഞാൻ വരും. ഇൻസ്പെക്ടറും ഡോക്ടറും അപ്പോഴിവിടെ ഉണ്ടാകും."

ഞങ്ങളുടെ സന്ദർശകർ പറഞ്ഞ സമയത്ത് എത്തി. പക്ഷേ ഹോംസ് 3.45 ആയി. മുഖത്ത് സംതൃപ്തി ഉണ്ടായിരുന്നു.

"വല്ല വിവരവും കിട്ടിയോ, ഇൻസ്പെക്ടർ"

"ആ ആൺകുട്ടിയെ കിട്ടി."

"ഉഗ്രൻ, എനിക്ക് വലിയവരെയും."

"നിങ്ങൾക്കവരെ കിട്ടിയോ" ഞങ്ങൾ മൂന്നുപേരും അത്ഭുതപ്പെട്ടു.

അവരെപ്പറ്റിയുള്ള പൂർണ്ണ വിവരം കിട്ടി. ബ്ലസ്സിങ്ടൺ ഞാൻ കരു

തിയപോലെ നമ്മുടെ പ്രധാന ഓഫീസിലെ നോട്ടപ്പുള്ളിയാണ്. അതേ പോലെ അവനെ ആക്രമിച്ചവരും. അവരുടെ പേരുകൾ ബിഡിൽ, ഹേവേർഡ്, മൊഫാറ്റ്.

"ഓ, വർത്തിങ്ടൺ ബാങ്ക് കവർച്ചക്കാർ" ഇൻസ്പെക്ടർ അലറി.

"കൃത്യമായി" ഹോംസ് പറഞ്ഞു.

"അപ്പോൾ ബ്ലസ്സിങ്ടൺ സട്ടൻ ആയിരിക്കും"

"ശരിയാണ്," ഹോംസ് പറഞ്ഞു.

"ഇപ്പോൾ എല്ലാം വ്യക്തം" ഇൻസ്പെക്ടർ പറഞ്ഞു.

ഞാനും ട്രിവില്ല്യനും ഒന്നും മനസിലാകാതെ പരസ്പരം നോക്കി.

"നിങ്ങൾ തീർച്ചയായും കേട്ടിട്ടുണ്ടാകും വർത്തിങ്ടൺ ബാങ്ക് കവർച്ചയെപ്പറ്റി" ഹോംസ് പറഞ്ഞു. 5 പേർ അതിൽ ബന്ധപ്പെട്ടിരുന്നു. നാലും അഞ്ചും കാർട്ട്റൈറ്റ് ടോബിൻ ബാങ്ക് കാവൽക്കാരനെ കൊന്നിട്ട് 7 കോടി രൂപ കട്ടെടുത്തു. ഇത് 1875 ലാണ്. അഞ്ച് പേരെയും അറസ്റ്റ് ചെയ്തു. വ്യക്തമായ തെളിവില്ലാത്തതിനാൽ സട്ടനെ വെറുതെ വിട്ടു. സട്ടനായിരുന്നു കൂട്ടത്തിൽ വൃത്തികെട്ടവൻ. അവൻ മറ്റുള്ളവരെ പൊലീസിന് ഒറ്റു കൊടുത്തു. കാർട്ട് റൈറ്റിനെ തൂക്കിക്കൊന്നു. മറ്റ് മൂന്നുപേരെ 15 കൊല്ലം ശിക്ഷ വിധിച്ചു. കഴിഞ്ഞ ദിവസം അവരുടെ ശിക്ഷാകാലാവധി കഴിഞ്ഞു വെറുതെ വിട്ടു. അന്നുമുതൽ അവർ വേട്ട തുടങ്ങിയതാണ്. രണ്ടു പ്രാവശ്യം അവർ ശ്രമിച്ചു പ്രതികാരത്തിനായി. ഇന്ന് മൂന്നാം തവണ. ഇനി ഞാൻ വല്ലതും വിവരിക്കണോ? ഡോക്ടർ ട്രിവല്ല്യൻ"

"നിങ്ങളെല്ലാം വ്യക്തമാക്കിയില്ലേ." ഡോക്ടർ പറഞ്ഞു. അയാൾ ഏറ്റവും ഭ്രാന്തനായ ദിവസം പത്രവാർത്ത കണ്ട ദിവസമായിരിക്കാം. ശിക്ഷാകാലാവധി കഴിഞ്ഞ് അവർ വന്നാൽ തന്റെ മരണം അയാൾ ഉറപ്പാക്കിയിരിക്കും."

"തീർച്ചയായും." കവർച്ചയെ പറ്റിയുള്ള കഥ ഒരു നുണയാണ്."

"പക്ഷേ എന്തുകൊണ്ട് നിങ്ങളോടിത് പറഞ്ഞില്ല."

"അതെങ്ങനെ പറയും, എന്റെ പ്രിയപ്പെട്ട ഡോക്ടറെ. തന്റെ പഴയ കൂട്ടാളികളുടെ സ്വഭാവം മനസിലാക്കിയാണല്ലോ താൻ ആരാണെന്ന് വ്യക്തമാക്കാതിരുന്നത്. ഇത് ലജ്ജാകരമായ ഒന്നല്ലേ. ഇന്നുവരെ അയാൾ നിയമത്തിന്റെ സംരക്ഷണയിൽ ജീവിച്ചു. പക്ഷേ നീതിന്യായം അയാളുടെ വിധി ഇങ്ങനെ കുറിച്ചു."

ഇവിടെ വീട്ടിലെ രോഗിയുടെയും ഡോക്ടറുടെയും കഥ അവസാനിക്കുന്നു. മൂന്ന് കൊലയാളികളെ പിടികിട്ടിയില്ല. ആൺകുട്ടിയുടെ പേരിലുള്ള കേസ് തെളിവില്ലാത്തതിനാൽ തള്ളി. ഈ കഥയിലെ നിഗൂഢത പത്രത്തിലൂടെ പുറത്തു വന്നില്ല.

2

പുള്ളികളുള്ള കൂട്ടത്തിന്റെ സാഹസികത

കൊനാൻ ഡോയൽ തന്നെ പറഞ്ഞിട്ടുണ്ട് ഷെർലോക് ഹോംസിന്റെ കഥകളിൽ ഏറ്റവും നല്ല സാഹസികത ഇതാണെന്ന്. പ്രഭാതത്തിൽ തന്നെ ഹോംസിന് ഒരു സന്ദർശകയുണ്ടായിരുന്നു. ചെറുപ്പക്കാരിയായ മിസ് ഹെലൻ സ്റ്റോണർ ആയിരുന്നു അത്. തന്റെ രണ്ടാനച്ഛനായ ഡോ. ഗ്രംസ്ബി റോയലോട്ടിന്റെ ഭ്രാന്തമായ, വിചിത്രമായ കഥ പറഞ്ഞു. അമ്മയുടെ മരണശേഷം ഇരട്ടസഹോദരികളായ ഹെലനെയും ജൂലിയയെയും കൂട്ടി തറവാട്ടിലേക്ക് താമസം മാറ്റി. അത് സ്റ്റോക്ക് മോറനിലായിരുന്നു. അവിടെ അദ്ദേഹം ഒരു ഏകാന്തവാസം നയിച്ചു. അലഞ്ഞു തിരിഞ്ഞ നാടോടികളെ അദ്ദേഹം എതിർത്തിരുന്നു. ഒരു രാത്രിയിൽ താനെന്നും കേൾക്കുന്ന അപരിചിതമായ ഒരു ചൂളം വിളിയെപ്പറ്റി സഹോദരിയായ ഹെലനോട് ജൂലിയ പറഞ്ഞു. അതിനുശേഷം രണ്ടുപേരും രണ്ടു മുറികളിലായി ഉറങ്ങാനായി പിരിഞ്ഞു. കിടന്നപ്പോൾ ഹെലൻ അവളുടെ അലർച്ച കേട്ടു. ഓടി അവളുടെ മുറിക്കടുത്തെത്തുമ്പോൾ ജൂലിയ ഇടറി ഇടറി പുറത്തേക്ക് വരികയും മരിച്ചു വീഴുകയും ചെയ്യുന്ന കാഴ്ചയാണ് ഹെലൻ കണ്ടത്. ഹെലനാകെ പേടിച്ചരണ്ടിരുന്നു. ഈ കേസ് അന്വേഷിക്കാൻ ഹോംസിനോട് പറയാനാണ് ഹെലൻ വന്നത്.

***

ഷെർലക് ഹോംസ് ചുരുളഴിച്ച പ്രസിദ്ധമായ കേസുകളിൽ ഒന്നാണ് സ്റ്റോക് മോറനിലെ റോയ്‌ലോട്ടിന്റെ സറെ കുടുംബത്തിലെ പ്രശ്നം. ഇത് നടന്നത് ഞാൻ ഡോ. ഹോംസിന്റെ കൂടെ കൂടിയ ആദ്യകാലത്താണ്. ഞങ്ങൾ അന്ന് ബേക്കർ തെരുവിലായിരുന്നു താമസിച്ചത്.

ഒരു ദിവസം ഹോംസ് രാവിലെ 7.15 ന് എഴുന്നേറ്റു. വൈകി ഉണരുന്ന

ആൾ എന്തേ ഇന്ന് നേരത്തേ ഉണർന്നത് എന്ന ഭാവത്തിൽ ഞാൻ നോക്കി.

"ശല്യപ്പെടുത്തിയതിന് ക്ഷമിക്കണം. പക്ഷേ ഇതൊരു പ്രതിപ്രവർത്തനമാണ്. മിസിസ്സ് ഹഡ്സൺ (വീട്ടുടമ) എന്നെ ഉണർത്തി, ഞാൻ നിങ്ങളെയും."

"എന്താ പ്രശ്നം, വല്ല തീപ്പിടുത്തം?"

"അല്ല. ഒരു കക്ഷി വന്നിട്ടുണ്ട്. ആകെ അസ്വസ്ഥയായ ഒരു ചെറുപ്പക്കാരി. താഴെ വന്നിട്ടുണ്ട്. അവർക്ക് എന്നെ കാണണം. വളരെ അത്യാവശ്യമാണെന്ന്. രാവിലെ തന്നെ അവർ വന്നിട്ടുണ്ടെങ്കിൽ ഇതൊരു രസകരമായ കേസായിരിക്കും. നിങ്ങൾക്കത് നഷ്ടപ്പെടേണ്ടെന്നു കരുതി വിളിച്ചതാണ്. നിങ്ങൾക്ക് അവസരം തരാനാണ് വിളിച്ചത്."

"അത് നഷ്ടപ്പെടുന്നത് എനിക്കും ഇഷ്ടമല്ല."

എനിക്ക് ഞങ്ങളുടെ കക്ഷികൾ കേസ് വിവരിക്കുമ്പോൾ ഹോംസിനെ നോക്കിയിരിക്കുന്നത് വലിയ ഇഷ്ടമാണ്. വേഗത്തിൽ കാര്യമായ നിഗമനത്തിലെത്താനുള്ള ഹോംസിന്റെ കഴിവ് എന്നും എന്നെ ആകർഷിച്ചിരുന്നു. പെട്ടെന്ന് വേഷം മാറി ഞാനയാളുടെ കൂടെ സ്വീകരണ മുറിയിലെത്തി.

മൂടുപടം ധരിച്ച ഒരു സ്ത്രീ അവിടെ ഇരിക്കുന്നുണ്ടായിരുന്നു. ഞങ്ങളെ കണ്ടയുടനെ അവൾ എഴുന്നേറ്റു നിന്നു.

സുപ്രഭാതം ആശംസിച്ചുകൊണ്ട് ഹോംസ് പരിചയപ്പെടുത്തി.

"ഞെരിപ്പോടിനടത്ത് ഇരിക്കൂ. നിങ്ങൾക്കായി ഞാൻ ചായയ്ക്ക് പറയാം നിങ്ങൾ വിറയ്ക്കുന്നുണ്ടല്ലോ?"

"ഞാൻ വിറയ്ക്കുന്നത് തണുപ്പുകൊണ്ടല്ല, പേടിച്ചിട്ടാണ്" എന്ന് വളരെ താഴ്ന്ന ശബ്ദത്തിൽ സ്ത്രീ പറഞ്ഞു. അവളുടെ മൂടുപടം ഉയർത്തിയാണവൾ സംസാരിച്ചത്. അവളാകെ അസ്വസ്ഥയാണെന്ന് ഞങ്ങൾക്ക് തോന്നി. മുഖം വിളറിയിരുന്നു. കണ്ണുകളിൽ അസ്വസ്ഥതയും. പേടിച്ചരണ്ട ഒരു വേട്ടമൃഗത്തെപ്പോലെ തോന്നി. പ്രായം മുപ്പതോടടുത്തിട്ടുണ്ടാകും. എങ്കിലും മുടി അവിടവിടെ നരച്ചിട്ടുണ്ടായിരുന്നു.

അവൾക്ക് ഉറപ്പുകൊടുത്തുകൊണ്ട് ഹോംസ് ഇങ്ങനെ പറഞ്ഞു. "നിങ്ങളുടെ പ്രശ്നം ഞങ്ങൾക്ക് പരിഹരിക്കാൻ കഴിയുമെന്ന് തോന്നുന്നു. കാലത്തെ വണ്ടിക്ക് വന്നതാണ്, അല്ലേ?"

"നിങ്ങൾക്കെന്നെ അറിയാം, അല്ലേ?"

"ഇല്ല, പക്ഷേ നിങ്ങളുടെ കയ്യുറയിൽ ടിക്കറ്റിന്റെ പകുതിഭാഗം തിരുകിവെച്ചത് കണ്ടു. നിങ്ങൾ വളരെ നേരത്തെ പുറപ്പെട്ടതാണെന്നു തോന്നുന്നു. ഒരുപാടുനേരം കുതിരവണ്ടിയിലുമായിരുന്നു. അല്ലേ? മോശമായ റോഡിലൂടെയാണ് സ്റ്റേഷനിൽ എത്തിയത്?

അത്ഭുതത്തോടെ, അവൾ ഹോംസിനെ തുറിച്ചുനോക്കി.

"ഞാനീ പറഞ്ഞതിൽ ഒരത്ഭുതവുമില്ല", എന്ന് ചിരിയോടെ ഹോംസ് പറഞ്ഞു. ഇടത്തെ വശത്തെ ഉടുപ്പിലും കയ്യുറയിലും നിറയെ ചളിയാണ്.

ചുരുങ്ങിയത് ഒരു ഏഴു സ്ഥലത്തെങ്കിലുമുണ്ട്. ചളി ശരിക്ക് ഉണങ്ങിയിട്ടില്ല. കുതിരവണ്ടിയിൽ നിന്ന് തെറിച്ചതാകാം. നിങ്ങളെന്തു പറഞ്ഞാലും അതെല്ലാം ശരിയാണെന്ന് ഞാൻ സമ്മതിക്കുന്നു. ആറു മണിക്ക് മുമ്പ് ഞാൻ വീട്ടിൽ നിന്ന് പുറപ്പെട്ടിട്ടുണ്ട്. 6.20 ന് സ്റ്റേഷനിൽ എത്തി. 'വാട്ടർലൂ' വിലേക്കുള്ള ആദ്യത്തെ വണ്ടിയിൽ കയറി. ഈ വേദന സഹിക്കാൻ ഇനി പറ്റില്ല. പറഞ്ഞില്ലെങ്കിൽ എനിക്ക് ഭ്രാന്ത് പിടിക്കുമെന്ന് തോന്നുന്നു. എനിക്ക് ഇതാരോടും പറയാനില്ല. ആകെയുള്ളത് എന്നെ കല്ല്യാണം കഴിക്കാൻ തീരുമാനിച്ചവനാണ്. പാവം! അവനിവിടില്ല. എന്റെ സുഹൃത്തിലൊരാളായ മിസിസ്സ്, ഫാരിന്റോഷ് പറഞ്ഞിട്ടാണ് ഞാൻ നിങ്ങളുടെ അടുത്ത് വന്നത്. ഒരിക്കൽ അവളെ നിങ്ങൾ ഒരു കുടുക്കിൽ നിന്ന് രക്ഷപ്പെടുത്തിയിട്ടുണ്ട്. സർ, നിങ്ങളെന്നെ രക്ഷിക്കില്ലേ? നിങ്ങളുടെ സേവനത്തിന് പകരം തരാൻ എന്റെ കയ്യിൽ ഇപ്പോൾ ഒന്നുമില്ല. ഒന്ന് രണ്ട് മാസത്തിനകം എന്റെ സ്വത്തിന്റെ വരുമാനം എന്റെ പരിധിയിലാകും, അന്ന് തീർച്ചയായും ഞാൻ തന്നു തീർക്കും.

എനിക്ക് ഫാരിംതോഷിന്റെ കേസ് ഓർമ വരുന്നു. അതേ ശ്രദ്ധ നിങ്ങളുടെ കേസിലും നൽകുമെന്ന് ഉറപ്പു തരുന്നു. ഞാൻ ഈ ജോലി ചെയ്യുന്നത് പണത്തിനല്ല. ഈ ജോലിയോടുള്ള താൽപ്പര്യം കൊണ്ടാണ്. എനിക്കുള്ള ചെലവു മാത്രം തന്നാൽ മതി. എപ്പോൾ പറ്റുമോ അപ്പോൾ. ദയവുചെയ്ത് നിങ്ങളുടെ പ്രശ്നം പറയുക.

ഞങ്ങളുടെ സന്ദർശക മറുപടി പറഞ്ഞു. "ഏറ്റവും മോശമായ കാര്യം എന്റെ നടപടികൾ വ്യക്തമല്ല എന്നതാണ്. എന്റെ സംശയങ്ങളെല്ലാം ഉയർന്നു വന്നത് ചെറിയചെറിയ കാര്യങ്ങളിലൂടെയാണ്. പുറത്ത് നിന്ന് നോക്കുന്നവർക്ക് നിസ്സാരമെന്ന് തോന്നുന്നവ. എന്റെ വരൻപോലും ഇത് എന്റെ വെറും തോന്നലുകളാണെന്നാണ് പറഞ്ഞത്. അയാളിത് എന്നോട് പറഞ്ഞിട്ടില്ല. ഞാനയാളുടെ ഭാവത്തിൽ നിന്ന് വായിച്ചെടുത്തതാണ്.

എന്റെ ചുറ്റും പതിയിരിക്കുന്ന അപകടങ്ങളിൽ നിന്ന് എങ്ങനെയും രക്ഷപ്പെടാമെന്ന് നിങ്ങൾക്കെന്നെ ഉപദേശിക്കാൻ കഴിയുമായിരിക്കും.

"ഞാൻ ശ്രദ്ധിക്കുന്നുണ്ട്."

എന്റെ പേര് ഹെലൻ സ്റ്റോണർ. ഞാൻ താമസിക്കുന്നത് എന്റെ രണ്ടാനച്ഛന്റെ കൂടെയാണ്. സറെയിലുള്ള സ്റ്റോക്ക് മൊറനിലൂടെ റോയൽറ്റ്സ്, അതായത് ഇംഗ്ലണ്ടിലെ സാക്സൻ ഫാമിലിയിലൊന്നായ ഈ കുടുംബത്തിലെ അവസാന കണ്ണിയാണ് അയാൾ.

ഹോംസ് തലയിളക്കിക്കൊണ്ട് പറഞ്ഞു എനിക്ക് പരിചയമുള്ള കുടുംബമാണത്.

ഈ കുടുംബം ഇംഗ്ലണ്ടിലെ ധനികന്മാരുടെ കൂട്ടത്തിലാണ്. ഒരുപാട് എസ്റ്റേറ്റുകളുണ്ട്. എന്നാൽ കഴിഞ്ഞ നൂറ്റാണ്ടിൽ ചൂതാട്ടത്തിലൂടെയും മറ്റും എല്ലാം നശിച്ചു. ഇപ്പോൾ ബാക്കിയുള്ളത് 200 കൊല്ലം പഴക്കമുള്ള ഒരു വീടും കുറച്ചു ഭൂമിയുമാണ്. ആ വീട് പണയത്തിലുമാണ്.

കാര്യങ്ങളുടെ കിടപ്പ് മനസിലാക്കിയ എന്റെ രണ്ടാനച്ഛൻ, അവസാനത്തെ അവകാശി–ഡോക്ടറായി കൽക്കത്തയിൽ പോയി– അവിടെ നന്നായി സേവനമനുഷ്ഠിച്ചു. പക്ഷേ പാചകക്കാരനെ കള്ളനെന്ന സംശയം തോന്നിയ ദേഷ്യത്തിൽ കൊന്നു. വിചാരണ നടന്നു. കൊലക്കുറ്റത്തിന് തൂക്കിക്കൊല്ലുന്നതിൽ നിന്നും തലനാരിഴ വ്യത്യാസത്തിൽ രക്ഷപ്പെട്ടു. കുറെക്കാലം ജയിൽവാസം നടത്തേണ്ടി വന്നു. ഇംഗ്ലണ്ടിൽ തിരിച്ചു വന്നത് മൂകനും നിരാശനുമായിട്ടാണ്.

ഇന്ത്യയിലായിരുന്നപ്പോൾ എന്റെ അമ്മയെ വിവാഹം കഴിച്ചു. ഒരു പട്ടാള ഉദ്യോഗസ്ഥന്റെ വിധവയായിരുന്നു എന്റെ അമ്മ. ഞാനും ജൂലിയയും ഇരട്ട സഹോദരികളായിരുന്നു. ഞങ്ങൾക്ക് രണ്ട് വയസുള്ളപ്പോഴാണ് അമ്മ വീണ്ടും വിവാഹം കഴിച്ചത്. അവർക്ക് നല്ല വരുമാനമുണ്ടായിരുന്നു. എല്ലാം രണ്ടാനച്ഛന് എഴുതി കൊടുത്തു. ഒരു നിബന്ധനമാത്രം വെച്ചു. ഞങ്ങളുടെ വിവാഹം കഴിഞ്ഞാൽ അതിൽ നിന്നും കുറഞ്ഞ പങ്ക് ഞങ്ങൾക്കും തരണം.

ഇംഗ്ലണ്ടിൽ വന്ന ഉടനെതന്നെ ഒരു റെയിൽ അപകടത്തിൽ എന്റെ അമ്മ മരിച്ചു. അത് എട്ട് വർഷങ്ങൾക്ക് മുമ്പാണ് നടന്നത്. അപ്പോൾ തന്നെ ഡോ. റോയ്ലോട്ട് തന്റെ ലണ്ടനിലെ പരിശോധന നിർത്തി. എന്നിട്ട് ഞങ്ങളെ സ്റ്റോക്ക് മോറനിലെ തറവാട്ടിൽ കൊണ്ടുവന്നു താമസിപ്പിച്ചു. അമ്മ തന്നുപോയ സമ്പത്ത് ഞങ്ങൾക്ക് ധാരാളമായിരുന്നു. എല്ലാകാര്യവും സുഖമായി നടന്നു. ജീവിതം സുന്ദരമായി തോന്നി.

പക്ഷേ ഈയിടെ ഭീകരമായ ഒരുമാറ്റം ഞങ്ങളുടെ രണ്ടാനച്ഛന് വന്നതായി ഞങ്ങൾ മനസിലാക്കി. അച്ഛൻ തറവാട്ടിൽ തിരിച്ചെത്തിയത് അയൽവാസികൾക്കെല്ലാം വലിയ സന്തോഷമായി. പക്ഷേ അവരുമായി ഇടപഴകുന്നതിനു പകരം മുറിയടച്ച് ഒറ്റക്കിരിക്കാൻ തുടങ്ങി. അഥവാ പുറത്തിറങ്ങിയാൽ മുന്നിൽ വരുന്നവരോടൊക്കെ എതിർത്ത് എന്തെങ്കിലും പറയും. അദ്ദേഹത്തിന്റെ ബന്ധുക്കളെല്ലാം പെട്ടെന്ന് ദേഷ്യം പിടിക്കുന്ന പ്രകൃതക്കാരായിരുന്നു. വിദേശത്തുള്ള ഇയാളുടെ അനുഭവങ്ങൾ ഈ പ്രകൃതത്തെ കൂടുതൽ ശക്തമാക്കി. ഒന്നിനു പിറകെ ഒന്നായി ലജ്ജാകരമായ ലഹളകൾ നടന്നു. അതിനുശേഷം ആളുകൾ ഇയാളുടെ മുന്നിൽനിന്ന് എങ്ങനെയെങ്കിലും തടിതപ്പും. നല്ല ശാരീരിക ക്ഷമതയുമുണ്ട്. ദേഷ്യം പിടിച്ചാൽ നിയന്ത്രിക്കാൻ പറ്റാത്ത പ്രകൃതവും. ഒരിക്കൽ ഒരു കൊല്ലനെ തള്ളി അരുവിയിലിട്ടു. അത് വീണ്ടും തലപൊക്കാതിരിക്കാൻ എന്റെ കൈയിലുള്ള കാശു മുഴുവൻ ചെലവാക്കേണ്ടിവന്നു.

അലയുന്ന ചില നാടോടികളൊഴിച്ച് അദ്ദേഹത്തിന് പ്രത്യേകിച്ച് സുഹൃത്തുകളൊന്നുമുണ്ടായിരുന്നില്ല. അദ്ദേഹം ഈ തെമ്മാടികൾക്ക് തറവാട്ടിൽ താമസിക്കാൻ സൗകര്യം ചെയ്തു കൊടുത്തു. ചിലപ്പോൾ ആഴ്ചകളോളം അവരുടെകൂടെ അലഞ്ഞു തിരിയുമായിരുന്നു. ഇന്ത്യൻ മൃഗങ്ങളോട് വലിയ അഭിനിവേശമായിരുന്നു. അതെത്തിച്ചുകൊടുക്കാൻ ചില ഏജന്റുമാരുമുണ്ടായിരുന്നു. ഇപ്പോൾ അയാൾക്ക് ഒരു ചീറ്റപ്പുലിയും

ഒരു വലിയ കുരങ്ങുമുണ്ട്. രണ്ടും അവരുടെ ഇഷ്ടത്തിന് പറമ്പിലൂടെ നടക്കും. ഗ്രാമീണർക്കെല്ലാം ഭയമായിരുന്നു.

ഞാനീ പറഞ്ഞതിൽ നിന്നൊക്കെ എന്റെ സഹോദരി ജൂലിയയുടെയും ജീവിതം ദുസ്സഹമായിരുന്നെന്ന് മനസിലായല്ലോ. ഒരൊറ്റ വേലക്കാർ വീട്ടിൽ നിൽക്കില്ല. കുറെക്കാലമായി വീട്ടിലെ ജോലികളൊക്കെ ഞങ്ങൾ തന്നെയാണ് ചെയ്യുന്നത്. ജൂലിയ മരിക്കുമ്പോൾ മുപ്പതു വയസായിരുന്നു. പക്ഷേ മാനസിക അസ്വാസ്ഥ്യം കൊണ്ടാകാം എന്റെയും അവളുടെയും മുടി നരച്ചിരുന്നു.

"അപ്പോൾ നിന്റെ സഹോദരി മരിച്ചോ?"

രണ്ട് വർഷം മുമ്പ് അവൾ മരിച്ചു. അവളുടെ മരണത്തെപ്പറ്റി പറയാനാണ് ഞാനിവിടെ വന്നതുതന്നെ. ഞങ്ങൾ ഒരൊറ്റപ്പെട്ട ജീവിതമാണ് നയിച്ചിരുന്നത്. അതുകൊണ്ടു തന്നെ വിവാഹം കഴിക്കാൻ അനുയോജ്യരായവരെ കണ്ടെത്താനും കഴിഞ്ഞില്ല. ഞങ്ങളുടെ അമ്മയുടെ സഹോദരി മിസ് ഹോണോറിയ വെസ്റ്റ്ഫായി ഹാരോവിന്റെ അടുത്താണ് താമസിച്ചിരുന്നത്. വല്ലപ്പോഴും ഞങ്ങൾക്കവിടെ പോകാൻ സമ്മതം കിട്ടും. രണ്ടുവർഷം മുമ്പുള്ള ക്രിസ്തുമസിന് ജൂലിയ അവിടെ പോയപ്പോൾ ഒരു നേവൽ ഓഫീസറെ കാണുകയും പരിചയപ്പെടുകയും ചെയ്തു. പിന്നീടാപരിചയം വിവാഹ നിശ്ചയത്തിലെത്തിച്ചു. ഇത് രണ്ടാനച്ഛനോട് പറഞ്ഞു. അയാളത് സ്വീകരിക്കുകയും ചെയ്തു. കല്യാണത്തിന് രണ്ടാഴ്ച മുമ്പാണ് ആ ഭീകര സംഭവം നടന്നത്, അത് എനിക്കാകെയുണ്ടായിരുന്ന ഒരു സഹചാരിയെ നഷ്ടമാക്കി.

ഹോംസ് ഞങ്ങളുടെ സന്ദർശകയെ വലിയ താൽപ്പര്യത്തോടെ നോക്കിക്കൊണ്ട് പറഞ്ഞു "എല്ലാം വളരെ വ്യക്തമായ വിശദീകരണത്തോടെ പറയൂ."

"അത് വളരെ എളുപ്പമാണ്. കാരണം ആ ഭീകരതയുടെ ഓരോ സംഭവവും എന്റെ ഓർമയിൽ കത്തി നിൽക്കുകയാണ്. ആ വീട്ടിന്റെ ഒരു ഭാഗം മാത്രമേ ഇപ്പോൾ ഉപയോഗിക്കുന്നുള്ളൂ. ഈ ഭാഗത്തുള്ള കിടപ്പുമുറി എല്ലാം താഴത്തെനിലയിലാണ്. ആദ്യത്തേത് ഡോ. റോയൽറ്റിന്റേത്. രണ്ടാമത്തേത് എന്റെ സഹോദരിയുടേത്. മൂന്നാമത്തേത് എന്റേയും. ഈ റൂമുകൾക്കിടയിൽ ബന്ധിപ്പിക്കുന്ന വാതിലുകൾ ഇല്ലായിരുന്നു. പക്ഷേ എല്ലാ വാതിലും ഒരേ വരാന്തയിലേക്ക് തുറന്നിട്ടവയായിരുന്നു. ഈ പറഞ്ഞതൊക്കെ വ്യക്തമല്ലേ"

"വളരെ വ്യക്തം."

"ഈ മൂന്ന് മുറികളിലേയും ജനലുകൾ പുൽമേടിന്റെ ഭാഗത്തേക്കാണ് തുറക്കുന്നത്. ആ ഭീകരമായ രാത്രിയിൽ ഡോക്ടർ നേരത്തെ കിടന്നു. പക്ഷേ ഉറങ്ങിയില്ല. കാരണം അയാൾ ഇന്ത്യൻ സിഗരറ്റ് വലിച്ചുകൊണ്ടേയിരുന്നു. ആ നാറ്റം എന്റെ ജൂലിയയ്ക്ക് അസഹ്യമായിരുന്നു. അതുകൊണ്ട് അവൾ അവളുടെ മുറിവിട്ട് എന്റെ മുറിയിലേക്കു പോന്നു. ഞങ്ങളവിടെയിരുന്നു അവളുടെ വിവാഹത്തെപ്പറ്റി അതുമിതും പറ

ഞ്ഞിരുന്നു. 11 മണിക്ക് പോകാനായി എഴുന്നേറ്റ് വാതിൽക്കലെത്തി. പിന്നെ തിരിഞ്ഞു നോക്കി ചോദിച്ചു, "ഹെലൻ രാത്രി ആരെങ്കിലും ചൂളമടിക്കുന്നതു കേൾക്കാറുണ്ടോ?"

"ഒരിക്കലും കേട്ടിട്ടില്ല" ഞാൻ മറുപടി പറഞ്ഞു.

"നീ ഉറങ്ങുമ്പോൾ ചൂളമടിക്കുന്നതായിരിക്കുമോ?" ഒരിക്കലുമില്ല പക്ഷേ എന്തുകൊണ്ട്?

കാരണം കഴിഞ്ഞ കുറച്ചു രാത്രിയായി ഒരു മൂന്നുമണിയോടടു ക്കുമ്പോൾ ഞാനെന്നും ചൂളമടിക്കുന്നത് കേൾക്കാറുണ്ട്. ചെറിയ ശബ്ദം കേട്ടാലും ഞെട്ടുന്ന സ്വഭാവമുള്ള ഞാൻ ഈ ചൂളമടികേട്ട് ഞെട്ടിയുണരാറുണ്ട്. എവിടുന്നാണിത് വരുന്നതെന്നറിയില്ല. ചിലപ്പോൾ അടുത്ത മുറിയിൽ നിന്നാകാം. അല്ലെങ്കിൽ പുൽമേടിൽ നിന്നുമായിരിക്കാം. നീ എപ്പോഴെങ്കിലും ഈ ചൂളമടി കേട്ടിട്ടുണ്ടോ?"

"ഇല്ല. ഒരിക്കലുമില്ല. ഇത് ആ നാടോടികളായിരിക്കാം. അവിടെ തോട്ടത്തിൽ നിന്ന് ചൂളമടിക്കുന്നതായിരിക്കാം."

"മിക്കവാറും, പക്ഷേ പുൽമേടിൽ നിന്നാണ് വിസിലടി എങ്കിൽ നീ കേൾക്കാതെ പോയത് എന്തുകൊണ്ട്?"

"ഓ, ഞാൻ നല്ല ഉറക്കമുള്ള കൂട്ടത്തിലാണ്."

"അതത്ര കാര്യമാക്കണ്ട" എന്ന് പറഞ്ഞ് ചിരിച്ച് വാതിലടച്ച് അവൾ പോയി. മിനിറ്റുകൾ കഴിഞ്ഞ് വാതിൽ താക്കോലിട്ട് പൂട്ടുന്ന ശബ്ദം ഞാൻ കേട്ടിരുന്നു.

"നിങ്ങൾ രാത്രി കിടക്കുമ്പോൾ എന്നും വാതിൽ താഴിട്ട് പൂട്ടാറുണ്ടോ?"

"എപ്പോഴും"

"എന്തിന്?"

"കാരണം, ഞാൻ നിങ്ങളോട് പറഞ്ഞില്ലേ. ഡോക്ടർക്ക് ഒരു ചീറ്റപ്പുലിയും കുരങ്ങുമുണ്ടെന്ന്. വാതിലടച്ചില്ലെങ്കിൽ ഞങ്ങൾക്കൊരിക്കലും സുരക്ഷിതരാണെന്ന് തോന്നുകയില്ല."

"അങ്ങനെ തന്നെ, ദയവുചെയ്ത് വിവരണം തുടരൂ..."

"അന്ന് എനിക്ക് ഉറങ്ങാൻ കഴിഞ്ഞില്ല. അവ്യക്തമായ എന്തോ അപകട സൂചനയുള്ളതുപോലെ തോന്നി. അതൊരു വന്യമായ രാത്രിയായിരുന്നു. പുറത്ത് കാറ്റ് വീശുന്നുണ്ടായിരുന്നു. മഴ ജനലിൽ വന്നടിച്ചു. പെട്ടെന്ന് ഒരു സ്ത്രീയുടെ പേടിച്ചരണ്ട നിലവിളി ഞാൻ കേട്ടു. അതെന്റെ സഹോദരിയുടെ നിലവിളിയാണെന്ന് മനസിലായി.

ഒരു സ്പ്രിങ് പോലെ ഞാൻ ചാടി എഴുന്നേറ്റ് വരാന്തയിലേക്ക് കുതിച്ചു. ഞാൻ വാതിൽ തുറന്നപ്പോൾ പതിഞ്ഞ ഒരു ചൂളമടി കേട്ടു, എന്റെ സഹോദരി വിവരിച്ചതുപോലെ തന്നെ. കുറച്ചു നിമിഷങ്ങൾ കഴിഞ്ഞപ്പോൾ ചങ്ങല താഴെവീഴുന്ന ശബ്ദം കേട്ട വഴിയിലേക്ക് ഞാൻ ഓടിയപ്പോൾ ജൂലിയയുടെ വാതിൽ മെല്ലെ തുറന്നു. എന്താണ് പുറത്തു

വരിക എന്നറിയാതെ പേടിച്ചരണ്ട് ഞാനാ വാതിൽക്കലേക്ക് തന്നെ നോക്കി.

വിളക്കിന്റെ വെളിച്ചത്തിൽ ഞാനവളെ കണ്ടു, പേടിച്ച് വിളറി വെളുത്തമുഖവുമായ് സഹായത്തിനായ് കൈകൾ നീട്ടിപ്പിടിച്ചിരുന്നു. മദ്യലഹരിക്കടിമപ്പെട്ട ഒരാളെപ്പോലെ അവൾ മുന്നോട്ടും പിന്നോട്ടും ആടുന്നുണ്ടായിരുന്നു. ഞാൻ ഓടിച്ചെന്ന് കെട്ടിപ്പിടിച്ചു. പക്ഷേ അവൾ തളർന്ന് താഴെ വീണു. അവൾ വേദനയുള്ളതുപോലെ പുളയുന്നുണ്ടായിരുന്നു.

ഞാൻ കരുതിയത് അവളെന്നെ തിരിച്ചറിഞ്ഞില്ലെന്നാണ്. പക്ഷേ ഞാനവളുടെ അരികിലേക്ക് കുനിഞ്ഞപ്പോൾ ഇപ്പോഴും മറക്കാനാവാത്ത ശബ്ദത്തിൽ അവൾ അലറി വിളിച്ചു. "ദൈവമേ? ഹെലൻ അത് ആ കൂട്ടമാണ്, പുള്ളികളുള്ള കൂട്ടം" മറ്റെന്തോകൂടെ പറയണമെന്നവൾക്കുണ്ട്. ഭ്രാന്തമായി അവൾ ഡോക്ടറുടെ മുറിയിലേക്ക് ചൂണ്ടിക്കാണിക്കുന്നുണ്ടായിരുന്നു. അപസ്മാരം വീണ്ടും ആക്രമിച്ചു. പിന്നീട് അവൾക്കൊന്നും പറയാനായില്ല. ഞാനെന്റെ രണ്ടാനച്ഛനെ വിളിച്ചു കൂവിക്കൊണ്ട് അയാളുടെ മുറിയുടെ അടുത്തേയ്ക്ക് ഓടി. അയാളും മുറിയിൽ നിന്ന് ഇറങ്ങി ഓടി വരികയായിരുന്നു. കിടക്കുമ്പോഴുള്ള അതേ വസ്ത്രം. ഞങ്ങൾ രണ്ടും വീണ്ടും ഹെലന്റടുത്ത് എത്തിയപ്പോഴേക്കും അവൾക്ക് ബോധം നഷ്ടപ്പെട്ടിരുന്നു. ഗ്രാമത്തിലേക്ക് ഡോക്ടർക്കായ് അയച്ചു. അവളുടെ തൊണ്ടയിൽ ബ്രാണ്ടി ഒഴിച്ചു കൊടുത്തു. പക്ഷേ ചെയ്തതെല്ലാം വിഫലമായി. എല്ലാ ശ്രമങ്ങളും നിഷ്ഫലമായി. കാരണം അവൾ ബോധം വരാതെ മരിച്ചുകഴിഞ്ഞിരുന്നു.

"ഒരു നിമിഷം. ആ ചൂളം വിളിയും ഇരുമ്പിന്റെ കലപില ശബ്ദവും നിങ്ങൾ കേട്ടെന്ന് ഉറപ്പിച്ചു പറയാമോ? ആണയിട്ടു പറയാൻ പറ്റുമോ? ഹോംസ് ചോദിച്ചു.

ഈ ചോദ്യംതന്നെയാണ് അന്ന് ദുർമരണ വിചാരണ അധികാരി എന്നോട് ചോദിച്ചത്. ഞാൻ കേട്ടിട്ടുണ്ട് എന്ന് ഞാൻ ശക്തമായി വിശ്വസിക്കുന്നു. പക്ഷേ ചോദ്യങ്ങൾ വരുമ്പോൾ എനിക്കുതന്നെ വിശ്വാസം നഷ്ടപ്പെടുന്നതു പോലെ. കാരണം ശക്തമായ കാറ്റും ആ കാറ്റിൽ പല തരം ശബ്ദമുണ്ടാക്കുന്ന പഴയ വീടും. ഇതിനിടയിൽ ഞാൻ തെറ്റിദ്ധരിച്ചതാണോ? എന്ന് എനിക്ക് തന്നെ സംശയം "നിങ്ങളുടെ സഹോദരി എന്താണ് ധരിച്ചിരുന്നത്?"

"അവൾ നിശാവസ്ത്രത്തിലായിരുന്നു. വലത്തെ കയ്യിൽ തീപ്പെട്ടിയും ഇടത്തേക്കയ്യിൽ തീപ്പെട്ടിക്കോലുമുണ്ടായിരുന്നു."

"അവൾ ശബ്ദംകേട്ടപ്പോൾ വെളിച്ചം തെളിച്ച് ചുറ്റും നിരീക്ഷിച്ചു എന്നാണ് മനസിലാക്കേണ്ടത്. ഇത് പ്രധാനപ്പെട്ടതാണ്. ദുർമരണ വിചാരണ അധികാരി മറ്റെന്തൊക്കെ നിഗമനങ്ങളിലാണെത്തിയിരുന്നത്."

"വളരെ ശ്രദ്ധയോടെയാണ് അയാൾ കേസ് കൈകാര്യം ചെയ്തത്. ഡോക്ടർ റോയ്‌ലോട്സിന്റെ സ്വഭാവം ആ നാട്ടിൽ കുപ്രസിദ്ധമാണ്.

പക്ഷേ അയാൾക്കും തൃപ്തികരമായ ഒരു കാരണം കണ്ടെത്താൻ കഴിഞ്ഞില്ല. വാതിൽ അകത്ത് നിന്ന് താഴിട്ടിരുന്നു. ജനലുകൾ പഴയ മാതൃകയിലുള്ള ഇരുമ്പഴികളുള്ള ഷട്ടറുകളാൽ അടച്ചിരുന്നു. രാത്രിയിൽ എല്ലാം സുരക്ഷിതമായിരുന്നു. ചുമരും തറയുമെല്ലാം നിരീക്ഷിച്ചതാണ്. പുകക്കുഴലും ഇരുമ്പഴികളുള്ളതായിരുന്നു. ഇതിൽ നിന്നെല്ലാം വ്യക്തമാകുന്ന കാര്യം എന്റെ സഹോദരി മരണ സമയത്ത് ഒറ്റയ്ക്കായിരുന്നു എന്നാണ്. കൂടാതെ ശരീരത്തിൽ ഒരൊറ്റ മുറിവുപോലും ഉണ്ടായിരുന്നില്ല."

"വിഷം വല്ലതും ഉള്ളിൽ ചെന്നുവോ?"

"ഡോക്ടർമാർ വിഷം ഉള്ളിൽ ചെന്നിട്ടുണ്ടോ എന്ന് പരിശോധിച്ചിരുന്നു. അവർക്കും യാതൊരു തെളിവും കണ്ടെത്താൻ കഴിഞ്ഞില്ല."

"അവൾ മരിച്ചത് എങ്ങനെയാണെന്നാണ് നിങ്ങൾ കരുതുന്നത്?"

അവൾ മരിച്ചത് പേടിയും മാനസിക പിരിമുറക്കവും കൊണ്ടാണ്. പക്ഷേ അവളെ പേടിപ്പിച്ചകാര്യം എന്തെന്ന് ഇതുവരെ എനിക്ക് മനസിലായിട്ടില്ല.

"അലഞ്ഞുതിരിയുന്ന വർഗം അപ്പോൾ ആ തോട്ടത്തിൽ ഉണ്ടായിരുന്നുവോ?"

"അതെ, കുറച്ചുപേർ എപ്പോഴും അവിടെത്തന്നെ ഉണ്ടാകാറുണ്ട്."

"പുള്ളിയുള്ള കൂട്ടം" എന്നതുകൊണ്ട് നീ എന്താണർഥമാക്കിയത്

"അത് ചിലപ്പോൾ പേടികൊണ്ടുണ്ടായ മാനസിക വിഭ്രാന്തിയിൽ പറഞ്ഞതായിരിക്കാം. ചിലപ്പോൾ ഞാൻ കരുതും എതോ ഒരു കൂട്ടത്തെ ഉദ്ദേശിച്ചാണ് അങ്ങനെ പറയുന്നത് എന്ന്. ചിലപ്പോൾ തോട്ടത്തിലുള്ള ഈ തെണ്ടികളെ തന്നെയായിരിക്കും. അവർ തലയ്ക്ക് കെട്ടിയ തൂവാലയിൽ പുള്ളിക്കുത്തുകൾ ഉണ്ടായിരുന്നു. ചിലപ്പോൾ പുള്ളിക്കുത്തുള്ള എന്നത് ആയിരിക്കാം ഉദ്ദേശിച്ചത്."

തൃപ്തിയില്ലാതെ ഹോംസ് തലയാട്ടി. "ഇതൊക്കെ ആഴമുള്ള ജലമാണ്. ഏതായാലും തുടരൂ"

അവളുടെ മരണത്തോടെ എന്റെ ജീവിതം പൂർണ ഏകാന്തതയിലായി. പക്ഷേ കഴിഞ്ഞ മാസം എന്റെ പ്രിയപ്പെട്ട സുഹൃത്തുക്കളിൽ ഒരാൾ വിവാഹ അഭ്യർഥനയുമായി വന്നു. എനിക്കയാളെ വളരെക്കാലമായി അറിയാമായിരുന്നു. ഞാൻ സമ്മതിച്ചു. രണ്ടാനച്ഛന് ഒരെതിർപ്പുമില്ലായിരുന്നു. വരുന്ന വസന്തകാലത്ത് വിവാഹം നിശ്ചയിച്ചു.

രണ്ട് ദിവസം മുമ്പ് വീട്ടിൽ ചില അറ്റകുറ്റപണികൾ തുടങ്ങി. എന്റെ കിടപ്പുമുറി പുതുക്കാനായി ജനലുകളും മറ്റും മാറ്റി. സ്വാഭാവികമായും എനിക്ക് ജൂലിയ കിടന്നമുറിയിലേക്ക് മാറേണ്ടി വന്നു. അതേ റൂമിൽ അതേ കിടക്കയിൽ.

കഴിഞ്ഞ രാത്രി എന്റെ ജീവിതത്തിൽ സംഭവിച്ച ക്രൂരമായ വിധിയോർത്ത് ഉണർന്നുകിടക്കുകയായിരുന്നു. പെട്ടെന്ന് അവൾ മരിച്ച രാത്രി കേട്ട അതേ പതിഞ്ഞ ചൂളം വിളി ഞാൻ കേട്ടു. നിങ്ങൾക്ക് മനസിലാ

കുമല്ലോ എന്റെ അവസ്ഥ. പേടിച്ചരണ്ട ഞാൻ പെട്ടെന്ന് വിളക്ക് തെളിച്ചു. പക്ഷേ മുറിയിൽ ഒന്നുമുണ്ടായിരുന്നില്ല.

"പിന്നെ എനിക്ക് ഉറങ്ങാനായി. എങ്ങനെയോ നേരം വെളുപ്പിച്ച് ആരുമറിയാതെ വീട്ടിൽ നിന്നിറങ്ങി. ഒരു വണ്ടി കിട്ടി. നേരെ നിങ്ങളെ കാണാൻ വന്നു. നിങ്ങളുടെ ഉപദേശത്തിനായി."

"നീ ബുദ്ധിയോടെ പ്രവർത്തിച്ചു." പിന്നെ കുറെനേരം നിശ്ശബ്ദത മാത്രം. ഹോംസ് തീയിലേക്ക് നോക്കിയിരുന്നു. വിറക് പൊട്ടിക്കത്തുന്നതും നോക്കിയിരുന്നു.

അവസാനം അയാൾ സംസാരിച്ചു തുടങ്ങി. "ഇത് ഒരു സങ്കീർണ മായ കേസാണ്. ഞങ്ങളുടെ അന്വേഷണം തുടങ്ങുന്നതിനു മുമ്പ് ഒരുപാട് കാര്യങ്ങൾ അറിയാനുണ്ട്. പക്ഷേ നഷ്ടപ്പെടാൻ ഒട്ടും സമയവുമില്ല. ഇന്ന് ഞങ്ങൾ 'സ്റ്റോക്ക് മോറാനിൽ' വന്നാൽ രണ്ടാനച്ഛൻ അറിയാതെ മുറികൾ പരിശോധിക്കാൻ കഴിയുമോ?"

"അയാളിന്ന് ഏന്തോ അത്യാവശ്യത്തിന് ടൗണിൽ വരണമെന്ന് പറ ഞ്ഞിരുന്നു. മിക്കവാറും ഈ പകൽ അയാൾ വീട്ടിൽ ഉണ്ടാകില്ല. പിന്നെ മറ്റൊന്നും നിങ്ങളെയവിടെ ശല്യം ചെയ്യില്ല. ഞങ്ങൾക്ക് ഒരു വേലക്കാരി യുണ്ട്. പക്ഷേ അവളെ ഞാൻ വീട്ടിലേക്ക് അയച്ചോളാം."

"ഉഗ്രൻ, ഡോ. വാട്സൺ നിങ്ങൾ വരുന്നോ?"

"തീർച്ചയായും"

"നന്നായി. ഹെലൻ നിങ്ങളെന്താണിനി ചെയ്യുന്നത്?"

"എനിക്ക് ടൗണിൽ കുറച്ച് ജോലിയുണ്ട്. 12 മണിയുടെ വണ്ടിക്ക് ഞാൻ തിരിച്ചു പോകും. നിങ്ങളെത്തുമ്പോഴേക്കും ഞാനവിടുണ്ടാകും. ഉച്ചയ്ക്ക് ഞങ്ങളെ പ്രതീക്ഷിക്കാം, "പ്രാതൽ ഞങ്ങളോടൊപ്പം കഴിക്കുന്നോ?"

"ഇല്ല. എനിക്ക് പോകണം. എല്ലാം നിങ്ങളോട് പറഞ്ഞ് കഴിഞ്ഞ പ്പോൾ മനസിലാകെ ഒരു സ്വസ്ഥത. ഉച്ചയ്ക്ക് നിങ്ങൾക്കായ് കാത്തി രിക്കും." ഇത്രയും പറഞ്ഞ് മൂടുപടം ശരിയാക്കി അവൾ മുറി വിട്ടിറങ്ങി. ഹോംസ് പിന്നോട്ടാഞ്ഞിരുന്നു. "ഇതൊക്കെ കേട്ടിട്ട് നിങ്ങൾക്കെന്ത് തോന്നുന്നു." എന്ന് എന്നോട് ചോദിച്ചു.

"ഇരുണ്ടതും പൈശാചികവുമായ ഒരു കേസ്."

"അത് ശരിയാണ്."

"പക്ഷേ ആ സ്ത്രീ പറഞ്ഞതെല്ലാം ശരിയാണെങ്കിൽ, എല്ലാ വഴി കളും അടച്ചിട്ടുണ്ടെങ്കിൽ ഈ നിഗൂഢ മരണത്തിൽ ജൂലിയ തനിച്ചാ യിരുന്നു."

"പക്ഷേ രാത്രിയിലെ ചൂളം വിളിയോ? ആ പ്രത്യേക വാക്കുകളോ?"

"എനിക്ക് ഒന്നും തോന്നുന്നില്ല."

നിങ്ങളിതൊക്കെ ഒന്ന് ഒന്നിപ്പിക്കാൻ ശ്രമിക്കുക. രാത്രിയിലെ ചൂളം വിളിയും, അലഞ്ഞു തിരിയുന്ന വർഗത്തിന്റെ സുഹൃത് ബന്ധവും. തീർച്ചയായും ഡോക്ടർക്ക് മകളുടെ വിവാഹം നടക്കുന്നതിൽ എതിർ

പ്പുണ്ട്. ജൂലിയയുടെ അന്ത്യവാക്കുകൾ, ഹെലൻ കേട്ട ശബ്ദങ്ങൾ. ഇതെല്ലാം ചേർത്ത് വായിക്കുമ്പോൾ ഇരുമ്പഴി ശബ്ദം ഷട്ടർ തിരിച്ചു വീണ ശബ്ദമായിരിക്കും. "പക്ഷേ ആ തെരുവ് തെണ്ടികൾ എന്ത് ചെയ്തിരിക്കും."

"എനിക്ക് ഒരു ആശയവും തോന്നുന്നില്ല."

"ഞാൻ അതിൽ ഒരുപാട് തർക്കങ്ങൾ കാണുന്നു."

"എനിക്ക് അങ്ങനെ തന്നെ. അതിനാണല്ലോ നമ്മളിന്ന് സ്റ്റോക്ക് മോറനിൽ പോകുന്നത്. ഈ തർക്കങ്ങളെല്ലാം അടിസ്ഥാനരഹിതമാണോ എന്നറിയണം."

യാതൊരു മുന്നറിയിപ്പുമില്ലാതെ ഞങ്ങളുടെ വാതിൽ തള്ളിത്തുറന്ന് ഒരു വലിയ മനുഷ്യൻ കയ്യിൽ ചാട്ടവാറുമായി മുന്നിൽ നിന്നു. നീളവും തടിയുമുള്ളതുകൊണ്ട് വാതിൽക്കൽ നിറഞ്ഞുനിന്നു. കഴുകന്റെ കണ്ണുകളുള്ള ചുളിവുകൾ വീണ കരുവാളിച്ച മുഖം. ഉയർന്ന, മെലിഞ്ഞ മൂക്ക്, ഏതോ ഇരയെ തേടുന്നതുപോലെ തോന്നി.

"നിങ്ങളിലാരാണ് ഹോംസ്." അയാൾ ചോദിച്ചു.

"ഞാനാണ് സർ, ദയവുചെയ്ത് നിങ്ങളാരാണെന്ന് പറയണം." എന്റെ സുഹൃത്ത് പറഞ്ഞു.

"ഞാൻ ഡോ. ഗ്രംസ്ബി റോയ്ലോട്ട്. സ്റ്റോക്ക് മോറാനിൽ നിന്ന് വരുന്നു."

"ശരിക്കും. ദയവ് ചെയ്ത് ഇരിക്കുക."

"ഞാൻ ഇരിക്കില്ല. എന്റെ മകൾ ഇവിടെ ഉണ്ടായിരുന്നല്ലോ. ഞാനവളെ പിന്തുടരുകയായിരുന്നു. അവളെന്താണ് നിങ്ങളോട് പറഞ്ഞത്?"

"ഈ വർഷത്തെ മഞ്ഞുകാലത്തിന് തണുപ്പ് കൂടുതലാണ്" എന്ന് ഹോംസ് പറഞ്ഞു.

വൃദ്ധൻ വീണ്ടും അലറിക്കൊണ്ട് ചോദിച്ചു, "അവളെന്താണ് നിന്നോട് പറഞ്ഞത്."

"പക്ഷേ തണുപ്പ് എന്റെ പൂക്കളെ ശല്യം ചെയ്തില്ല."

ഹോംസ് ശാന്തനായി പറഞ്ഞു.

ഒരുപടി മുന്നോട്ട് വെച്ച് തന്റെ ചാട്ടവാർ ഒന്നിളക്കി. എനിക്ക് നിന്നെ നന്നായറിയാം. നീയൊരു തെമ്മാടിയാണ്. നിന്നെപ്പറ്റി ഒരുപാട് ഞാൻ കേട്ടിട്ടുണ്ട്. നീ ഹോംസ്. നീ പ്രശ്ന പരിഹാരിയാണ്, ഒരു ശല്യമാണ്."

ഇതൊക്കെ കേട്ട് എന്റെ സുഹൃത്ത് ചിരിച്ചു.

"ഹോംസ്, സ്കോട്ട്ലാന്റ് യാർഡിലെ കോമാളി." ഹോംസ് കുലുങ്ങിക്കുലുങ്ങി ഹൃദ്യമായി ചിരിച്ചു. "നിങ്ങളുടെ സംസാരം വളരെ രസകരമാണ്. പോകുമ്പോൾ വാതിലടച്ച് പോകണം. പുറത്ത് നല്ല തണുപ്പ് കാറ്റാണ്."

"എനിക്ക് പറയാനുള്ളത് പറഞ്ഞിട്ടേ ഞാൻ പോകൂ. നീ എന്റെ പ്രശ്നങ്ങളിൽ ഇടപെടാൻ ആഗ്രഹിക്കുന്നുവോ. അവളിവിടെ ഉണ്ടായിരുന്നെന്ന് ഞാനറിഞ്ഞു. ഞാനൊരു അപകടകാരിയാണ്. ഇങ്ങോട്ട്

നോക്കൂ" അയാൾ പെട്ടെന്ന് മുന്നോട്ടാഞ്ഞ് തീയിളക്കുന്ന ഇരുമ്പു കോലെടുത്ത് അയാളുടെ കരുത്തുള്ള കറുത്ത കൈകളാൽ വളച്ചു. "എന്റെ പിടിയിൽ നിന്ന് മാറി നിന്നോളൂ" അയാൾ അലറി.

ആ കോൽ തീയിൽ കാണിച്ച് ചൂടാക്കി മുറിയിൽ അങ്ങോട്ടും ഇങ്ങോട്ടും നടന്നു പുറത്തേക്കിറങ്ങി.

"ഒരു സുഹൃത്തിനെപ്പോലെ തോന്നുന്ന മനുഷ്യൻ" ഹോംസ് പറഞ്ഞു.

ചിരിച്ചുകൊണ്ട് ഹോംസ് തുടർന്നു, "ഞാൻ അയാളെപ്പോലെ തടിയനല്ലെങ്കിലും എന്റെ കൈക്കരുത്ത് ഒട്ടും മോശമല്ലെന്ന് ഞാൻ കാട്ടിക്കൊടുത്തേനെ" എന്ന് പറഞ്ഞ് തീയിളക്കുന്ന ഇരുമ്പു കഷണമെടുത്തു വീണ്ടും നിവർത്തി.

എന്റെ ഔദ്യോഗിക ശക്തിയെ ആകെ ആശയക്കുഴപ്പത്തിലെത്തിക്കാൻ എവിടുന്നാണയാൾക്ക് ധൈര്യം കിട്ടിയത്. ഏതായാലും ഈ സംഭവം ഈ കേസ് അന്വേഷണത്തിന് കൂടുതൽ ആക്ഷേപം പകർന്നു തന്നിരിക്കുന്നു. എനിക്ക് ഒരൊറ്റ ആഗ്രഹമേയുള്ളൂ. നമ്മുടെ യുവ സുഹൃത്തിന് യാതൊരു ബുദ്ധിമുട്ടുമുണ്ടാകരുതെന്ന്. അവളുടെ അശ്രദ്ധ കൊണ്ടാണ് അവളെ പിന്തുടർന്ന് ആ മൃഗം ഇവിടെ എത്തിയത്. വാട്സൺ നമുക്കിനി പ്രാതൽ കഴിക്കാം. അതിനുശേഷം ഞാൻ ഡോക്ടർ സാധാരണ കാണാറുള്ള ആളുകളെ സമീപിച്ച് കുറച്ച് കാര്യങ്ങൾ തിരക്കി അറിയണം.

അന്ന് ഹോംസ് തിരിച്ചെത്തുമ്പോൾ ഒരു മണിയായി. അയാളുടെ കയ്യിൽ എന്തൊക്കെയോ എഴുതുകയും കുറിക്കുകയും ചെയ്ത കുറച്ച് പേപ്പറുകൾ ഉണ്ടായിരുന്നു.

"ഞാൻ ഡോക്ടറുടെ ഭാര്യയുടെ മരണപത്രം കണ്ടു. വലിയ ധനികയായിരുന്നു ആ സ്ത്രീ. മക്കളുടെ വിവാഹശേഷം മൂന്നിൽ രണ്ട് അവർക്ക് പങ്കുവെച്ചു കൊടുക്കണമായിരുന്നു. അതായത് രണ്ടു മക്കളുടെയും വിവാഹശേഷം തുച്ഛമായ ഒരുപങ്കേ ഡോക്ടർക്ക് അവശേഷിക്കുകയുള്ളൂ. കല്യാണം തടയുക എന്നത് അയാളുടെ വ്യക്തിപരമായ ആവശ്യമാണ്. ഇനി വൈകുന്നത് അപകടമാണ്. പോരാത്തതിന് നമ്മൾ അവൾക്ക് സഹായത്തിന് ഉണ്ടെന്നുള്ളത് അത് കൂടുതൽ അപകടത്തിലേക്ക് നയിക്കും. നിങ്ങൾ തയാറാണെങ്കിൽ ഇതാ ഇപ്പോൾ പുറപ്പെടാം. തോക്കെടുക്കാൻ മറക്കരുത്."

ഞങ്ങൾ ട്രെയിനിൽ യാത്ര ചെയ്തു. പിന്നെ ഒരു വണ്ടി വിളിച്ച് യാത്രയായി. നല്ല വെയിലുള്ള ദിവസമായിരുന്നു.

യാത്രയിൽ മുഴുവൻ ഹോംസ് ശാന്തനായിരുന്നു. പെട്ടെന്ന് എന്റെ ചുമലിൽ തട്ടി പുൽമേടിൽ എന്തോ ചൂണ്ടിക്കാണിച്ചു. പഴയ ഒരു വീടിന്റെ ഭാഗങ്ങൾ മെല്ലെ കാണാൻ തുടങ്ങിയിരുന്നു.

"ഇത് സ്റ്റോക്ക് മോറനാണോ?" ഹോംസ് ചോദിച്ചു.

"അതെ സർ, ഇത് ഡോ. ഗ്രംസ്ബി റോയൽറ്റിന്റെ വീടാണ്" എന്ന് ഡ്രൈവർ മറുപടി നൽകി.

"അവിടെക്കാണുന്ന കെട്ടിടങ്ങളിൽ ഒന്നിലാണ് ഞങ്ങൾക്ക് പോകേണ്ടത്" എന്ന് ഹോംസ് പറഞ്ഞു.

"ഇതാ, ഇതാണാ ഗ്രാമം. പക്ഷേ വീട്ടിലേക്ക് പോകണമെങ്കിൽ ഈ വേലിചാടി എളുപ്പത്തിൽ ഇതുവഴി പോകുക. നടപ്പാത കാണുന്നില്ലേ അതു വഴി നടന്നാൽ മതി. അതിലൂടെയാണ് ഹെലൻ നടക്കാറ്. "നിങ്ങൾ ഡേക്ടറുടെ മകളെയാണോ ഉദ്ദേശിച്ചത്. നിങ്ങൾ നിർദേശിച്ചതുപോലെ ചെയ്യാം"

ഞങ്ങൾ ഇറങ്ങി വണ്ടിയുടെ കാശ് കൊടുത്ത് വണ്ടി ഒഴിവാക്കി.

ഞങ്ങളെ കണ്ടതും സ്വീകരിക്കാനായി ഹെലൻ മുന്നോട്ടു വന്നു. "ഞാൻ നിങ്ങളെ ആകാംക്ഷയോടെ കാത്തിരിക്കുകയായിരുന്നു" എന്നു പറഞ്ഞ് കൈകൾ കുലുക്കി. "എല്ലാം വളരെ നല്ല നിലയിൽ തന്നെ നടന്നു. ഡോക്ടർ ടൗണിൽ പോയിരിക്കയാണ്. ഇനി വൈകിയിട്ടേ വരൂ."

"ഡോക്ടറെ കാണാൻ ഞങ്ങൾക്കൊരു ഉഗ്രൻ അവസരം കിട്ടി." നടന്നതെല്ലാം ഹോംസ് ചുരുക്കി വിവരിച്ചുകൊടുത്തു. എല്ലാം കേട്ട് ഹെലൻ വിളറി വെളുത്തു.

"ദൈവമേ! അയാളെന്നെ പിന്തുടർന്നിരുന്നു – അതെങ്ങനെ സംഭവിച്ചു."

അയാൾ ഭയങ്കര തന്ത്രശാലിയാണ്. ഞാനെപ്പോഴാണ് അയാളിൽ നിന്ന് സ്വതന്ത്രയാവുക. തിരിച്ചു വരുമ്പോൾ എന്തു പറഞ്ഞു.

"അയാൾ അയാളെ തന്നെ സംരക്ഷിക്കും. അയാളെക്കാൾ തന്ത്രശാലിയായ ആരോ ഒരാൾ അയാളുടെ പിന്നിലുണ്ട്. ഇന്ന് ഉറങ്ങാൻ കിടക്കുമ്പോൾ എല്ലാം അടച്ചതിന് ശേഷം ഉറങ്ങുക. അഥവാ അയാൾ അക്രമാസക്തനാവുകയാണെങ്കിൽ ഞങ്ങൾ നിന്റെ ഇളയമ്മയുടെ വീട്ടിലെത്തിക്കാം, ഹാരോവിൽ. ഉള്ള സമയം നമുക്ക് ഉപയോഗിക്കാം. ഞങ്ങളെ വേഗം പരീക്ഷിക്കേണ്ട മുറിയിലെത്തിക്കൂ."

ചാരനിറത്തിലുള്ള ഒരു കെട്ടിടമായിരുന്നു അത്. അവിടവിടെ ഇടിഞ്ഞു തകർന്നിട്ടുണ്ട്. ഹോംസ് നടന്നു നടന്ന് പുൽമേട്ടിലെത്തി. "ഈ മൂന്ന് മുറികളാണ് കിടപ്പുമുറികൾ അല്ലേ?"

"അതെ. ഞാനിതിന്റെ നടുവിലാണ് കിടക്കുന്നത്."

"ശരിക്കും ഈ നന്നാക്കൽ ഇപ്പോൾ അത്യാവശ്യമാണോ?"

"ഒട്ടും ഇല്ല – എന്റെ മുറിമാറ്റാനായിട്ട് മാത്രം."

"ഇത് രസകരമായിരിക്കുന്നു. ഈ ഇടുങ്ങിയ വരാന്തയിലേക്കല്ലേ മൂന്നു മുറികളുടേയും വാതിൽ തുറക്കുന്നത്. അതിന് ജനലുകളുണ്ട്. തീർച്ചയാണല്ലോ?"

"അതെ. പക്ഷേ വളരെ ചെറിയ ജനലുകളാണ്. ആർക്കും അതിലൂടെ കടക്കാൻ കഴിയില്ല."

"നിങ്ങൾ രണ്ടുപേരും രാത്രി മുറികൾ അടച്ചാണല്ലോ ഉറങ്ങാറ്. ആ ഭാഗത്തുനിന്ന് ആർക്കും സമീപിക്കാൻ പറ്റില്ലല്ലോ. നീ റൂമിലേക്ക് പോയി ഷട്ടർ അടച്ചിരിക്കൂ."

മിസ് – സ്റ്റോണർ അങ്ങനെ ചെയ്തു. ഹോംസ് ഷട്ടർ തുറക്കാൻ കഠിനമായി പരിശ്രമിച്ചു. പിന്നീട് തന്റെ ലെൻസ് ഉപയോഗിച്ച് പരിശോധിച്ചപ്പോൾ തുരുമ്പുപിടിക്കാത്ത ഇരുമ്പാണ് എന്ന് മനസിലായി. അത് തകർക്കാൻ ആർക്കും സാധ്യമല്ല.

"ഹും," അയാൾ ആശയക്കുഴപ്പംകൊണ്ട് മുടി പിടിച്ചു വലിച്ചു. എന്റെ സിദ്ധാന്തങ്ങൾ ശരിയാകുന്നില്ല. ഈ ഷട്ടർ അടച്ചിട്ടാൽ ആരാലും തുറക്കാൻ പറ്റില്ല. നമുക്ക് ഉള്ളിൽ കടന്നു നോക്കാം. മൂന്നു കിടപ്പുമുറികളുടെ വാതിലുകളും തുറക്കുന്ന വാരാന്തയുടെ അറ്റത്ത് മറ്റൊരു ചെറിയ വാതിലുണ്ടായിരുന്നു. അതിലൂടെ കടന്ന് മൂന്നാമത്തെ മുറിക്കപ്പുറത്തുള്ള മിസ് സ്റ്റോണർ ഇപ്പോഴുറങ്ങുന്ന അവരുടെ സഹോദരി മരിച്ച മുറിയിൽ കടന്നു.

സുഖകരമായ നല്ലൊരു കിടപ്പുമുറി. നല്ലൊരു ഞെരിപ്പോട്. അലമാരയുണ്ട്. നല്ലൊരു കട്ടിലും കിടക്കയുമുണ്ട്. ഡ്രസ്സിങ് മേശയുണ്ട്. രണ്ടു കസേരകളുണ്ട്. നടുവിലായി ചതുരത്തിലുള്ള ഒരു ചവിട്ടിയുണ്ട്. അതിലൊരു കസേര വലിച്ച് ഒരു ഭാഗത്ത് കൊണ്ട് വന്ന് ഹോംസ് അതിൽ നിശബ്ദനായിരുന്നു.

അവസാനം അയാൾ കട്ടിലിനരികിലായി ഒരു 'കാളിങ് ബെൽ' തൂക്കിയിട്ടത് ശ്രദ്ധിക്കുന്നു. എന്നിട്ടിങ്ങനെ ചോദിച്ചു. "ഈ മുറിയിലെ മറ്റു വസ്തുക്കളേക്കാൾ ഇത് പുതിയതാണെന്ന് തോന്നുന്നു. എപ്പോഴാണ് ഇത് ഘടിപ്പിച്ചത്? ഇത് ആരുമായിട്ട് സമ്പർക്കം നടത്താനാണ്?"

"ഇത് വേലക്കാരിയുടെ മുറിയിലേക്കാണ്. രണ്ട് വർഷം മുമ്പാണിത് ഘടിപ്പിച്ചത്."

"നിങ്ങളുടെ സഹോദരി ആവശ്യപ്പെട്ടിട്ടാണോ?"

"അല്ല. അവളിത് ഉപയോഗിച്ചതായി ഞാൻ കേട്ടിട്ടേ ഇല്ല. ഞങ്ങൾക്ക് ആവശ്യമുള്ളതെല്ലാം ഞങ്ങൾ തന്നെയാണ് പോയെടുക്കാറ് പതിവ്."

"തീർച്ചയായും ഈ ബെൽ ഇവിടെ അനാവശ്യമാണ്. ക്ഷമിക്കണം. ഞാനെന്റെ തൃപ്തിയ്ക്ക് ഈ തറ പരിശോധിക്കട്ടെ." ഇത്രയും പറഞ്ഞ് വയറ് അമർത്തി നിലത്ത് കിടന്നു. ലെൻസ് കൈയ്യിൽ തന്നെ ഉണ്ടായിരുന്നു. അയാൾ അങ്ങോട്ടുമിങ്ങോട്ടും ഇഴഞ്ഞു. തറയിലെ പലകയുടെ വിടവ് ശ്രദ്ധിച്ചു. പിന്നെ ചുമരിലെ ഓക്കു കൊണ്ടുള്ള പാനലിങ് ശ്രദ്ധിച്ചു. അവസാനം ബെഡിൽ കയറി ബെൽ ഘടിപ്പിച്ചത് ശ്രദ്ധിച്ചു. പിന്നീട് അത് കൈയിലെടുത്തു. കറന്റുമായി അതിന് യാതൊരു ബന്ധവുമില്ലെന്ന് അദ്ദേഹം കണ്ടെത്തി.

"ഇതവിടെ വെറുതെ വെച്ചതാണ്. ഡമ്മിയാണിത്?" ഹോംസ് പറഞ്ഞു.

"ആ മണി അടിക്കില്ലേ?"

“ഇല്ല. ഇതിന് കറന്റുമായി യാതൊരു ബന്ധവുമില്ല. വെന്റിലേറ്ററിന്റെ മേലെ വെറും ഒരു കൊളുത്തിൽ കെട്ടിയിരിക്കയാണ്.”

“എന്തൊരു വിഡ്ഢിത്തം, ഞാനിതുവരെ അത് ശ്രദ്ധിച്ചില്ലല്ലോ.”

“അപരിചിതം” ഹോംസ് പിറുപിറുത്തു. ആ കയർ വലിച്ചെടുത്തു. “ഈ റൂമിൽ ചില പ്രത്യേകതകൾ ഉണ്ട്. ഇത് നിർമിച്ച ആൾ ഒരു വിഡ്ഢിയാണ്. ആരെങ്കിലും വെന്റിലേറ്റർ അടുത്തമുറിയിലേക്ക് വെയ്ക്കുമോ?”

“അതും പുതുതായുണ്ടാക്കിയതാണ്.” ആ സ്ത്രീ പറഞ്ഞു.

“ഈ ബെൽ ഉണ്ടാക്കിയ അതേ സമയത്തോ?” ഹോംസ് ചോദിച്ചു.

“അതെ ആ സമയത്ത് ഒരുപാട് ചെറിയ ചെറിയ മാറ്റങ്ങൾ വരുത്തിയിരുന്നു.”

“വളരെ രസകരമായ മാറ്റങ്ങൾ ബെല്ലടിക്കാത്ത ബെൽ, വെന്റിലേറ്ററിന്റെ ഉപയോഗമില്ലാത്ത വെന്റിലേറ്റർ. എനിക്ക് നിങ്ങളുടെ രണ്ടാനച്ഛന്റെ മുറി ഒന്നു കാണണം.”

ഞങ്ങൾ ഡോക്ടറുടെ മുറിയിലേക്ക് പോയി. മകളുടെ മുറിയേക്കാൾ വലുതായിരുന്നു. പക്ഷേ മരസാധനങ്ങൾ കുറവായിരുന്നു. ഒരു ചെറിയ ബുക്ക് അലമാരി, ഒരു ചെറിയ കിടക്ക, ഒരു കസേര, ചെറിയ വട്ടത്തിലുള്ള കസേര. ഹോംസ് മെല്ലെ സൂക്ഷ്മമായി നിരീക്ഷിച്ചുകൊണ്ട് നടന്നു. ഒരു അലമാര ചൂണ്ടി ചോദിച്ചു, “ഇതിലെന്താണ്.”

“എന്റെ രണ്ടാനച്ഛന്റെ ബിസ്സിനസ് കടലാസുകളാണ്.”

“ഓ, നിനക്കറിയാം.”

“ഒരിക്കൽ ഞാൻ കണ്ടിട്ടുണ്ട്. അത് വർഷങ്ങൾക്ക് മുമ്പാണ്. അതിൽ നിറയെ കടലാസാണ് എന്നാണ് എന്റെ ഓർമ.”

“ഇതിൽ പൂച്ചയില്ലല്ലോ? അല്ലേ?”

“ഇല്ല, ഇതെന്തൊരു ചിന്തയാണ്.”

“ശരി, ഇത് നോക്കൂ,” അയാൾ അലമാരിയിൽ നിന്ന് ഒരു പ്ലേറ്റിൽ പാൽ കാണിച്ചു കൊടുത്തു.

“ഇല്ല ഞങ്ങൾക്ക് പൂച്ചയില്ല. പക്ഷേ ഒരു ചീറ്റപ്പുലിയും ഒരു കുരങ്ങുമുണ്ട്.”

“ഓ ശരിയാണ്. ചീറ്റ എന്നു പറഞ്ഞാൽ വലിയ പൂച്ചയല്ലേ. പക്ഷേ അതിന് ഈ ചെറിയ പാത്രത്തിലെ പാൽ മതിയാകുമോ? ഏതായാലും എനിക്ക് തീരുമാനിക്കാൻ ഒരു സൂചനകൂടി കിട്ടി.” ഇത്രയും പറഞ്ഞ് മരക്കസേരയിൽ ഇരുന്നു. എന്നിട്ട് സൂക്ഷ്മ പരിശോധന നടത്തി. “നന്ദിയുണ്ട്,” അത് തികച്ചും ഉറപ്പിച്ചു. ലെൻസ് കീശയിലിട്ടുകൊണ്ട്, “ഇവിടെ ചില കാര്യങ്ങൾ വളരെ രസകരമാണ്.”

കിടക്കയ്ക്കരികിലായുള്ള നായയെ അടിക്കുന്ന വടിയിലേക്കാണ് കണ്ണുകൾ പോയത്. അത് മടക്കി ഒരു കുരുക്കുപോലെയാക്കിയിരുന്നു.

“അതുകൊണ്ട് നിങ്ങളെന്ത് ചെയ്യും,” വാട്സൺ അത് ഒരു സാധാരണ ചാട്ടയാണ്. പക്ഷേ, അറ്റം കെട്ടിയതെന്തിനെന്നറിയില്ല.

“അത് തികച്ചും അസാധാരണമാണ്, അല്ലേ?”

ഇതൊരു വൃത്തികെട്ട ലോകമാണ്. ഒരു സമർഥന്റെ ബുദ്ധി തെറ്റിലേക്ക് തിരിഞ്ഞാൽ അവൻ ഏറ്റവും വൃത്തികെട്ട കുറ്റവാളിയായിരിക്കും. എനിക്കിവിടെ കാണേണ്ടതെല്ലാം കണ്ടു. മിസ്. സ്റ്റോണർ നമുക്കിനിക്കുറച്ച് പുൽമേട്ടിലൂടെ നടക്കാം."

ഗൗരവമുള്ള മുഖത്തോടെ ഹോംസ് പുറത്തേക്ക് ഇറങ്ങി. അയാളെ ശല്യപ്പെടുത്തേണ്ടെന്ന് കരുതി ഞങ്ങൾ മിണ്ടാതെ പിന്നാലെ നടന്നു.

അവസാനം ഹോംസ് തന്റെ ദിവാസ്വപ്നത്തിൽ നിന്ന് ഉണർന്നിട്ടിങ്ങനെ പറഞ്ഞു.

"മിസ് സ്റ്റോണർ, എന്റെ ഉപദേശം അത് അതിന്റെ എല്ലാ അർഥത്തിലും വിലകൊടുക്കുകയും അനുസരിക്കുകയും വേണം."

"തീർച്ചയായും ഞാനത് ചെയ്യും."

"ഞാൻ പറയുന്ന കാര്യം വളരെ ഗൗരവമുള്ളതാണെന്നുള്ളതിൽ ഒട്ടും സംശയമില്ല. നിന്റെ ജീവിതം അതിനെ ആശ്രയിച്ചിരിക്കുന്നു."

"നിങ്ങൾ പറയുന്നതെല്ലാം ഞാൻ അനുസരിക്കുമെന്ന് വാക്കു തരുന്നു."

"ആദ്യമായി, ഞാനും എന്റെ സുഹൃത്തും ഈ രാത്രി നിങ്ങളുടെ മുറിയിൽ തങ്ങും."

ഞാനും അവളും അത്ഭുതത്തോടെ അയാളെ തുറിച്ചു നോക്കി.

"അതെ അതങ്ങനെയായിരിക്കണം. കാരണം ഞാൻ വിവരിച്ചു തരാം. ഈ ഗ്രാമത്തിലെ സത്രം അതാ അവിടെയാണ്."

"അതെ"

"നന്നായി. നിന്റെ ജനലുകൾ അവിടുന്ന് നോക്കിയാൽ കാണാം."

"തീർച്ചയായും."

"നിന്റെ രണ്ടാനച്ഛൻ തിരിച്ചു വന്നാൽ നീ തലവേദനയാണെന്ന് നടിച്ച് നിന്റെ മുറിയിൽത്തന്നെ തങ്ങുക. അയാൾ ഉറങ്ങാനായി മുറിയിൽ പോയി എന്നുറപ്പായാൽ നിന്റെ ജനലിന്റെ ഷട്ടർ തുറന്ന് വിളക്കവിടെ വെയ്ക്കണം. എന്നിട്ട് പെട്ടെന്ന് നീ നിന്റെ പഴയ മുറിയിൽ പോകണം. ഒരു രാത്രി അവിടെ തങ്ങുന്നതിൽ നിനക്ക് ബുദ്ധിമുട്ടില്ലെന്ന് എനിക്കുറപ്പാണ്. അറ്റകുറ്റപ്പണികൾ പ്രശ്നമാകില്ലെന്ന് കരുതട്ടെ."

"ഓ. അതൊരു പ്രശ്നമേയല്ല."

"ബാക്കിയെല്ലാം ഞങ്ങൾക്ക് വിടുക."

"പക്ഷേ നിങ്ങൾ എന്തുചെയ്യും."

"ഞങ്ങൾ നിന്റെ മുറിയിൽ തങ്ങി, നിന്റെ മനസിനെ ശല്യപ്പെടുത്തിയ ശബ്ദം എന്താണെന്നും എവിടെനിന്നു വരുമെന്നും അന്വേഷിക്കും."

"മിസ്റ്റർ ഹോംസ്, ഞാൻ കരുതുന്നത് തീരുമാനങ്ങളെല്ലാം നിങ്ങൾ മുമ്പെതന്നെ എടുത്തിരുന്നെന്നാണ്" എന്ന് മിസ് സ്റ്റോണർ പറഞ്ഞു.

"ചിലപ്പോൾ അങ്ങനെയായിരിക്കാം."

"അപ്പോൾ, ദൈവത്തെ ഓർത്ത് എന്റെ സഹോദരിയുടെ മരണ കാരണം പറഞ്ഞു തരിക."

"പറയുന്നതിന് മുമ്പ് വ്യക്തമായ തെളിവുകൾ ഉണ്ടായിരിക്കണം."

"ഒന്നുമില്ലെങ്കിലും എന്റെ ചിന്തകൾ അതായത് പെട്ടെന്നുള്ള ഏതോ ഭീതിയിലാണവൾ മരിച്ചത് എന്നത് ശരിയാണ് എന്നെങ്കിലും പറയുക."

"അല്ല. ഞാനങ്ങനെ ചിന്തിക്കുന്നില്ല. അതിലും ഗൗരവമായ എന്തോ ഒന്നുണ്ട് എന്നതാണ് ഞാൻ മനസിലാക്കുന്നത്. അതുകൊണ്ട് മിസ്സ്. സ്റ്റോണർ നമുക്ക് ഇപ്പോൾ പിരിയാം. ഡോക്ടർ റോയ്‌ലോട്ട് വരുന്നതിന് മുമ്പ് ഞങ്ങൾ പോകുകയാണ്. കാണാം. ബൈ ബൈ ധൈര്യമായിരിക്കൂ. നിനക്ക് ഭീഷണിയായിരിക്കുന്ന എല്ലാ അപകടത്തേയും ഞങ്ങൾ ഓടിച്ചു വിടും."

ഞങ്ങൾക്ക് സത്രത്തിൽ മുറി കിട്ടാൻ വലിയ ബുദ്ധിമുട്ടൊന്നുമുണ്ടായിരുന്നില്ല. ജനലിലൂടെ നോക്കിയാൽ ഞങ്ങൾക്ക് സ്റ്റോക്ക് മോറനിൽ ഡോക്ടറുടെ വീട്ടിലെ അവർ കിടക്കുന്ന മുറികൾ കാണാമായിരുന്നു.

സന്ധ്യക്ക് ഡോക്ടർ റോയ്‌ലോട്ട് വണ്ടിയിൽ വരുന്നതു കണ്ടു. ഡ്രൈവറെ വൈകിയതിൽ ശകാരിക്കുന്നതും കേട്ടു. അയാൾക്ക് ഗെയിറ്റ് കുറച്ച് വൈകിയാണ് തുറന്ന് കിട്ടിയത്. കുറച്ച് കഴിഞ്ഞ് ഉള്ളിൽ വിളക്കു തെളിഞ്ഞു.

ഹോംസ് തുടർന്നു, "വാട്സൺ നിങ്ങളെ ആ വീട്ടിലേക്ക് ഇന്നു രാത്രി കൊണ്ടു പോകുന്നതിൽ രണ്ടാമതൊന്ന് ചിന്തിക്കേണ്ടിയിരിക്കുന്നു. അവിടെ അപകടം നിറഞ്ഞതാണ്."

"ഞാൻ വന്നാൽ നിനക്ക് ഗുണമുണ്ടോ?"

"നിങ്ങളുടെ സാന്നിധ്യം വളരെ ഉപകാരപ്രദമായിരിക്കും."

"എങ്കിൽ ഞാൻ തീർച്ചയായും വരും."

"അത് നിങ്ങളുടെ ദയ മാത്രമാണ്."

"പക്ഷേ അപകടം എന്താണ്? എനിക്കൊന്നും തോന്നിയില്ലല്ലോ? ആ ബെല്ല് അല്ലാതെ മറ്റൊന്നും പറയത്തക്കതായിട്ടില്ല. ഇപ്പോഴും അതിന്റെ ഉദ്ദേശമെന്തെന്ന് മനസിലായില്ല."

"നിങ്ങൾ വെന്റിലേറ്റർ കണ്ടില്ലേ?"

"കണ്ടു. രണ്ടു റൂമുകൾക്കിടയിൽ ചെറിയ വിടവ് അത്ര അസാധാരണമല്ല, ഒരു എലിക്ക് കടക്കാൻ പാകത്തിൽ അത്ര ചെറുതാണത്."

"ഞാനിവിടെ വരുന്നതിന് മുമ്പേ രണ്ടു റൂമുകളും തമ്മിൽ എവിടെയോ ഒരു ബന്ധം അത് വെന്റിലേറ്ററോ മറ്റോ ഉണ്ടാകുമെന്ന് അറിയാമായിരുന്നു."

"ദൈവമേ അതെങ്ങനെ?"

"ശരിക്കും. എനിക്കങ്ങനെ ഒരു വിശ്വാസമുണ്ടായിരുന്നു. ഹെലന്റെ വിവരണങ്ങൾക്കിടയിൽ തന്റെ സഹോദരിക്ക് സിഗരറ്റിന്റെ മണം അറിയാൻ കഴിഞ്ഞെന്ന്. പെട്ടെന്ന് ഞാൻ മനസിലാക്കി; രണ്ടു മുറിയും തമ്മിൽ എന്തോ ബന്ധമുണ്ടെന്ന്. അത് വളരെ ചെറുതാകാനേ വഴിയുള്ളൂ

എന്നും ഞാൻ മനസിലാക്കി. അതുമല്ല അന്വേഷണ ഉദ്യോഗസ്ഥൻ ഈ വെന്റിലേറ്ററിനെപ്പറ്റി പറഞ്ഞിരുന്നെങ്കിൽ ഞാനതിനെ അവഗണിച്ചേനെ."

"പക്ഷേ അതവിടെ ഉള്ളതുകൊണ്ട് എന്തു കുഴപ്പമാണുള്ളത്."

"നല്ലത് തന്നെ–അവിടെ എല്ലാം സംഭവിച്ചത് ഒരേകാലത്താണ്. വെന്റിലേറ്ററുണ്ടാക്കി. ബെൽ നിർമിച്ചു. കിടക്കയിൽ ഉറങ്ങിയ സ്ത്രീ മരിച്ചു. ഇതൊക്കെ കേട്ടിട്ട് നിങ്ങൾക്കൊന്നും തോന്നുന്നില്ലേ."

"എനിക്ക് ഒരു ബന്ധവും കാണാൻ കഴിയുന്നില്ല."

"ആ കിടക്കയ്ക്ക് എന്തെങ്കിലും അസാധാരണമായി തോന്നിയോ?"

"ഇല്ല."

"അത് തറയുമായി ഉറപ്പിച്ചിരിക്കുന്നു. ആരെങ്കിലും കട്ടിൽ ഇളക്കാൻ പറ്റാത്ത തരത്തിൽ തറയിൽ ഉറപ്പിക്കുമോ?"

"അതെങ്ങനെയെന്ന് ഞാൻ ശ്രദ്ധിച്ചിട്ടില്ല."

"ആ സ്ത്രീക്ക് കട്ടിൽ ഒരിഞ്ച് നീക്കാൻ പറ്റില്ല. എപ്പോഴും ഒരേ സ്ഥാനത്തായിരിക്കും."

ഞാൻ അലറി, "ഹോംസ് നിങ്ങളെന്താണ് അർഥമാക്കുന്നതെന്ന് എനിക്കിപ്പോഴാണ് മനസിലായത്. ആ നടക്കാൻ പാടില്ലാത്ത കുറ്റകൃത്യം തടഞ്ഞേ പറ്റൂ."

"നിങ്ങൾ പറഞ്ഞതുപോലെ വളരെ ക്രൂരവും തന്ത്രപരവും, ഒരു ഡോക്ടർ തെറ്റിലേക്ക് നീങ്ങിയാൽ അയാൾ ഏറ്റവും വൃത്തികെട്ട കുറ്റവാളി ആയിരിക്കും. അയാൾക്ക് അതിനുള്ള ആത്മബലവും അറിവുമുണ്ട്. പക്ഷേ നമുക്കവന്റെ ബുദ്ധിയെ മറികടക്കണം."

ഞങ്ങൾ കാത്തിരുന്നു. ഏകദേശം രാത്രി 9 മണിക്ക് സ്വീകരണ മുറിയിലെ വിളക്കണഞ്ഞു. ആ വീട് മുഴുവനും അന്ധകാരത്തിലാണ്ടു.

രണ്ടു മണിക്കൂർ മെല്ലെ ഇഴഞ്ഞുനീങ്ങി. പെട്ടെന്ന് കൃത്യം 11 മണിക്ക് ഞങ്ങളുടെ നേരെ ഒരു നല്ല പ്രകാശം കണ്ടു.

"അതാണ് നമ്മുടെ അടയാളം" എന്നു പറഞ്ഞ് ചാടി എഴുന്നേറ്റു–നടുവിലത്തെ ജനലിലൂടെയാണത് കാണുന്നത്.

ഞങ്ങൾ സത്രത്തിൽ നിന്ന് ഇറങ്ങുമ്പോൾ സത്രമുടമയോട് ഒരാളെ രാത്രി വൈകിയേ കാണാൻ പറ്റുവെന്നും ചിലപ്പോൾ അവിടെ തങ്ങുമെന്നും പറഞ്ഞു – ഞങ്ങൾ വേഗം റോഡിലെത്തി. നല്ല തണുത്ത കാറ്റുണ്ടായിരുന്നു. ഒരു മഞ്ഞ വെളിച്ചം വഴികാട്ടിയായി ഉണ്ടായിരുന്നു.

ഞങ്ങൾ എളുപ്പത്തിൽ വീട്ടുമുറ്റത്ത് എത്തി. ജനലിനടുത്തെത്തിയപ്പോൾ ഒരാൺകുട്ടി ഓടിപ്പോയി. വേദനയോടെ പുൽമേട്ടിലേക്ക് ചാടിപ്പോയി. പിന്നെ കണ്ടില്ല. "ദൈവമേ, നീ കണ്ടോ?" ഞാൻ മന്ത്രിച്ചു. ഹോംസും എന്നെപ്പോലെ ഞെട്ടി. അയാളെന്റെ കൈ മുറുകെ പിടിച്ചു. പിന്നെ മെല്ലെ ചിരിക്കാൻ തുടങ്ങി. വായ എന്റെ ചെവിയോടടുപ്പിച്ച് ഇങ്ങനെ പറഞ്ഞു. "ഇതൊരു നല്ല വീടാണ്, അത് കുരങ്ങനായിരുന്നു."

ഡോക്ടറുടെ അസാധാരണമായ വളർത്തു മൃഗങ്ങളെപ്പറ്റി ഞാൻ മറന്നു പോയിരുന്നു. ഓ.... പുലിയുമുണ്ടല്ലോ, ഏതു നിമിഷവുമത് നമ്മുടെ

ചുമലിലേക്ക് ചാടും. അങ്ങനെ അവസാനം ഞങ്ങൾ സുരക്ഷിതരായി കിടപ്പുമുറിയിൽ എത്തി.

ഹോംസ് ശബ്ദമുണ്ടാക്കാതെ ഷട്ടർ അടച്ചു. വിളക്ക് എടുത്ത് മേശപ്പുറത്ത് വെച്ചു. എന്നിട്ട് മുറിക്ക് ചുറ്റും നോക്കി – എല്ലാം ഞങ്ങൾ പകൽ കണ്ട അതേ അവസ്ഥയിൽ തന്നെ. പിന്നീട് എന്നോട് മിണ്ടാതിരിക്കാൻ പറഞ്ഞു. ചെറിയ ഒരു ശബ്ദം ചിലപ്പോൾ നമ്മുടെ പദ്ധതികൾക്ക് മാരകമായിരിക്കും.

"നമുക്ക് വിളക്കില്ലാതെ ഇരിക്കാം. കാരണം വെന്റിലേറ്ററിലൂടെ അയാൾക്ക് കാണാം."

ഞാൻ വീണ്ടും തലയാട്ടി

"ഉറങ്ങരുത്, നിങ്ങളുടെ ജീവിതം അതിനെ ആശ്രയിച്ചിരിക്കുന്നു. തോക്ക് റെഡിയല്ലേ. ഞാനിവിടെ കിടക്കയിൽ ഇരിക്കാം. നിങ്ങൾ കസേരയിലിരുന്നോളൂ."

ഞാൻ എന്റെ തോക്ക് എടുത്ത് മേശപ്പുറത്ത് വെച്ചു.

ഹോംസ് ഒരു നേരിയ ചാട്ടവാർ കൊണ്ടു വന്നിരുന്നു. അത് അയാൾക്കരികിൽ കിടക്കയിൽ വെച്ചു. അതിന്റടുത്തായി ഒരു തീപ്പെട്ടിയും മെഴുകുതിരിയും വെച്ചു. പിന്നെ വിളക്ക് കെടുത്തി. ഞങ്ങൾ പൂർണ അന്ധകാരത്തിലായി.

അന്നത്തെ ആ ഭീകരതയും ജാഗ്രതയും ഞാനെങ്ങനെ മറക്കും. അവിടെ കടലിലെ നിശ്ശബ്ദതയായിരുന്നു. ഞാൻ അസ്വസ്ഥതയോടെ അവിടെ ഇരുന്നു. നേരിയ വെളിച്ചം പോലും ഷട്ടറിന്റെ ഉള്ളിലൂടെ അകത്ത് വന്നില്ല. പൂർണ ഇരുട്ടിൽ ഞങ്ങൾ കാത്തിരുന്നു. പുറത്ത് പൂച്ച കരയുന്നതു പോലെ ഒരു ശബ്ദം കേട്ടു. അത് ചീറ്റപ്പുലിയുടേതായിരുന്നു.

ദൂരെയെവിടെയോ ക്ലോക്കിന്റെ പെൻഡുലത്തിന്റെ ശബ്ദം കേട്ടു. ഓരോ പതിനഞ്ചു മിനുട്ടും ആ ക്ലോക്ക് വിളിച്ചു പറഞ്ഞു കൊണ്ടേ യിരിക്കും. സമയം കടന്നു പോയ്ക്കൊണ്ടേയിരുന്നു. പന്ത്രണ്ട്, ഒന്ന്, രണ്ട്, മൂന്ന്. അപ്പോഴും എന്ത് സംഭവിക്കുമെന്നറിയാതെ കാത്തിരിക്കയാണ് ഞങ്ങൾ.

പെട്ടെന്ന് വെന്റിലേഷന്റെ ഭാഗത്ത് ലൈറ്റ് തെളിഞ്ഞു. പെട്ടെന്ന് അത് അപ്രത്യക്ഷമായി. പിന്നെ എന്തോ കത്തിക്കരിഞ്ഞ നാറ്റവും ഇരുമ്പ് ചൂടായ മണവും. അടുത്ത മുറിയിൽ ആരോ വിളക്ക് കത്തിച്ചു. ആരോ ഇളകുന്ന ശബ്ദം കേട്ടു. വീണ്ടും നിശ്ശബ്ദത. പക്ഷേ നാറ്റത്തിന്റെ തീവ്രത കൂടിക്കൊണ്ടിരുന്നു.

അരമണിക്കൂർ കഴിഞ്ഞപ്പോൾ ഞാൻ ചെവി വട്ടം പിടിച്ചിരിക്കയായിരുന്നു. പെട്ടെന്ന് മറ്റൊരു ശബ്ദം കേട്ടു. വളരെമെല്ലെയുള്ളത്, സമാധാനപരമായ ശബ്ദം ഒരു കെറ്റിലിൽ നിന്ന് ആവി പുറത്തു പോകുമ്പോൾ ഉണ്ടാകുന്ന ശബ്ദം.

ആ ശബ്ദംകേട്ട നിമിഷം ഹോംസ് ചാടി എഴുന്നേറ്റ് മെഴുകുതിരി കത്തിച്ചു. പിന്നീട് ബെല്ലിന് ചാട്ടകൊണ്ട് ഭയങ്കര അടി നടത്തി. വാട്സൺ കേൾക്കുന്നുണ്ടോ? "അയാൾ നിലവിളിക്കുന്നത്. കാണുന്നുണ്ടോ?"

പക്ഷേ അപ്പോൾ ഞാനൊന്നും കേട്ടിരുന്നില്ല. പക്ഷേ പിന്നീട് വളരെ താഴ്ന്ന ചൂളമടിക്കുന്ന ശബ്ദം കേട്ടു. പെട്ടെന്ന് ഒരു വെളിച്ചം എന്റെ കണ്ണിലടിച്ചു. എനിക്കെന്താണതെന്ന് മനസിലാക്കാൻ കഴിഞ്ഞില്ല. അയാൾ മൃഗീയമായി എന്തിനെയാണ് ചാട്ടവാറുകൊണ്ടടിക്കുന്നതെന്ന്. അയാളുടെ മുഖം മാരകമായി വിളറിയിരുന്നു, ഭീതിയും വൈമനസ്യവും നിറഞ്ഞതായിരുന്നു.

അവസാനം അടി നിർത്തി വെറ്റിലേറ്ററിലേക്ക് നോക്കി. ഭീകരമായി ഒരു കരച്ചിൽ കേട്ടു. ഞാനിതുവരെ ഇത്തരമൊരു കരച്ചിൽ കേട്ടിരുന്നില്ല. അതിന്റെ ശബ്ദം കൂടിക്കൊണ്ടേയിരുന്നു. വേദനയും പേടിയും ദേഷ്യവും കലർന്ന കരച്ചിൽ. ആ ഗ്രാമത്തിന്റെ പല ഭാഗത്തുള്ളവരെയും ആ കരച്ചിൽ ഉണർത്തിയിരുന്നു. ഞങ്ങളുടെ ഹൃദയത്തിൽ ഒരു മരവിപ്പുണ്ടായി. ഞങ്ങൾ തമ്മിൽ തമ്മിൽ നോക്കിയിരുന്നു. ആ നോട്ടം കരച്ചിലിന്റെ അവസാന ശബ്ദം കേൾക്കുന്നതുവരെ നീണ്ടു നിന്നു.

"അതിന്റെ അർഥമെന്താണ്" ഞാൻ ചോദിച്ചു. "അതിന്റെയർഥം എല്ലാം കഴിഞ്ഞു എന്നാണ്." ഹോംസ് പറഞ്ഞു.

ചിലപ്പോൾ എല്ലാം നല്ലതിനും ആയിരിക്കും. നിങ്ങൾ തോക്കെടുത്ത് പിടിക്കൂ. നമുക്ക് ഡോ. റോയ്ലോട്ടിന്റെ മുറിയിൽ പോയി നോക്കാം." ഗൗരവത്തോടെ വിളക്കുമായി ഞങ്ങൾ ഡോക്ടറുടെ മുറിയിലേക്ക് പോയി. വാതിൽ രണ്ടു പ്രാവശ്യം തട്ടി നോക്കി. പക്ഷേ ഒരു മറുപടിയും ഉണ്ടായിരുന്നില്ല. പിന്നീട് ഞങ്ങൾ തന്നെ മുറി തുറന്നു. തോക്ക് തയാറാക്കി പിടിച്ചുകൊണ്ട് ഞാൻ ഹോംസിന്റെ പിന്നാലെ നടന്നു.

അപ്രതീക്ഷിതമായ ഒരു രംഗമാണ് ഞങ്ങൾ കണ്ടത്. മേശപ്പുറത്ത് റാന്തൽ കത്തുന്നുണ്ട്. അതിന്റെ വെളിച്ചത്തിൽ തുറന്നു കിടക്കുന്ന ഇരുമ്പിലെ അലമാര കണ്ടു. മേശക്കടുത്ത ഒരു കസേരയിൽ ഡോക്ടർ ഇരിക്കുന്നു. നീണ്ട ചാരനിറത്തിലുള്ള ഒരു ഗൗണാണ് അദ്ദേഹം ധരിച്ചത്. തുർക്കിയിൽ നിന്നുണ്ടാക്കിയ ഒരു ചെരിപ്പും ധരിച്ചിട്ടുണ്ട്. അയാളുടെ മടിയിൽ, പകൽ കണ്ട അതേ നായയെ അടിക്കുന്ന വടിയുണ്ടായിരുന്നു. താടി മേലോട്ട് ഉത്തരത്തിൽ നോക്കി നിൽക്കുന്നുണ്ടായിരുന്നു. തലയ്ക്ക് ചുറ്റും മഞ്ഞയിൽ കാപ്പിക്കളർ കുത്തുകളുള്ള തുണികൊണ്ട് കെട്ടിയിരുന്നു. ഞങ്ങൾ മുറിയിൽ കയറിയപ്പോൾ അയാൾ സംസാരിക്കുകയോ ഇളകുകയോ ചെയ്തില്ല. "തലക്കെട്ട് പുള്ളിയുള്ള തലക്കെട്ട്." ഹോംസ് പിറുപിറുത്തു. ഞാൻ ഒരു പടി മുന്നോട്ട് നടന്നപ്പോൾ തലയിൽ കെട്ടിയ തുണി ഇളകാൻ തുടങ്ങി. മെല്ലെ നീങ്ങി – അതൊരു സർപ്പമായിരുന്നു. ഹോംസ് പറഞ്ഞു.

"ഇത് ചതുപ്പു നിലങ്ങളിൽ കാണുന്ന ഒരു തരം അണലിപ്പാമ്പാണ്.

ഇന്ത്യയിൽ ഇത് ഏറ്റവും മാരകമായ വിഷം നിറഞ്ഞ പാമ്പാണ്. ഇത് കടിച്ച് പത്ത് മിനിറ്റിനകം ആൾ മരിക്കും. താൻ കുഴിച്ച കുഴിയിൽ താൻ തന്നെ വീണു. ഈ ജീവിയെ അതിന്റെ മടയിൽ തന്നെ വിടാം. പിന്നീട് മിസ്സ് സ്റ്റോണറെ സുരക്ഷിതമായ ഒരു സ്ഥലത്തെത്തിക്കണം എന്നിട്ട് പൊലീസിനെ എന്താണ് സംഭവിച്ചതെന്ന് അറിയിക്കണം."

പറയുന്നതിനിടയിൽ ചാട്ട ഡോക്ടറുടെ മടിയിൽ നിന്ന് വേഗമെടുത്ത് അതിന്റെ കുടുക്ക് പാമ്പിന്റെ കഴുത്തിൽ കുടുക്കി പെട്ടെന്ന് വലിച്ച് ഇരുമ്പ് അലമാരക്കുള്ളിലാക്കി അടച്ചു.

അങ്ങനെ ആ കേസിന് നാടകീയമായ അവസാനമുണ്ടായി. പേടിച്ച രണ്ട പെൺകുട്ടിയെ ഞങ്ങൾ വിവരമറിയിച്ചു. രാവിലെത്തെ വണ്ടിക്ക് അവളുടെ ഇളയമ്മയുടെ ഹാരോവിലെ വീട്ടിലെത്തിച്ചു. പിന്നീട് ഔദ്യോഗികമായ അന്വേഷണഫലം പുറത്തുവന്നു. ഡോക്ടർ വളർത്തു ജീവികളുമായി അശ്രദ്ധമായി കളിച്ചതിന്റെ ഭാഗമായി കൊല്ലപ്പെട്ടതാണ് എന്ന്.

ഞങ്ങളുടെ മടക്കയാത്രയിൽ ഹോംസ് എന്റെ പാണ്ഡിത്യക്കുറവ് വ്യക്തമാക്കിത്തന്നു.

അയാൾ പറഞ്ഞു ആദ്യം തന്നെ ഞാനൊരു തെറ്റു ചെയ്തു. ആ തെണ്ടിക്കൂട്ടത്തിന്റെ സാന്നിധ്യവും അതേപോലെ 'ബാന്റ്' എന്ന വാക്കും (മങ്ങിയ വെളിച്ചത്തിൽ പാവം കുട്ടി പാമ്പിനെ പുള്ളിയുള്ള തലയിലിടുന്ന ഒരു ബാന്റ് എന്ന് തെറ്റിദ്ധരിച്ചിരിക്കും) എന്നെ തെറ്റായ വഴിയിലൂടെ നയിച്ചു.

പിന്നീടാണ്, ഞാൻ ബോധവാനാകുന്നത്. മുറിയിൽ അപകടം ജനാലിലൂടെയോ വാതിലിലൂടെയോ അല്ല വന്നത്. അപ്പോഴാണ് പെട്ടെന്ന് ഞാൻ വെന്റിലേറ്റർ ഓർത്തത്. അതേപോലെ ബെല്ലിന്റെ വയറും. ബെല്ലിന് വൈദ്യുതി ബന്ധം ഇല്ലെന്നും കട്ടിൽ തറയിൽ ഉറപ്പിച്ചതും. എന്നെ നിമിഷത്തിനകം മറ്റൊരു ചിന്തയിൽ കൊണ്ടെത്തിച്ചു. ഈ വയർ റൂമിലേക്ക് മറ്റെന്തിനെയോ എത്തിക്കാനുള്ള ഒരു പാലമായിട്ടാണ് ഉപയോഗിച്ചത് എന്ന്. അതായത് മുകളിലത്തെ ദ്വാരം വഴി കിടക്കയിലെത്തിക്കാൻ. പാമ്പ് ആയിരിക്കും അത് എന്ന് മനസ്സ് പറഞ്ഞു. ഇങ്ങനെ വിഷബാധയേറ്റ മരണം ഒരു ഹൃദയശൂന്യമായ കുറ്റവാളിയിലൂടെയാണെന്ന് ആർക്കും കണ്ടുപിടിക്കാനാവില്ല, ഒരു രാസപരിശോധനയ്ക്കും. ഈ വിഷം പെട്ടെന്ന് ശരീരത്തിൽ ഫലിക്കുമെന്നുള്ളത് അദ്ദേഹത്തിന്റെ മറ്റൊരു നേട്ടമാണ്. പാമ്പ് കടിച്ച ചെറിയ അടയാളം ആരുടേയും ശ്രദ്ധയിൽപ്പെടില്ല.

പിന്നെ വിസിലിന്റെ കാര്യം. അത് പാമ്പിനെ തിരിച്ചു വിളിക്കുന്ന രീതിയായിരിക്കും. പകൽ വെളിച്ചത്തിൽ അവൾ കാണാതിരിക്കാനാണത്. നല്ല പരിശീലനം കൊടുത്തിരിക്കാം. ഇതിനായിരിക്കും അലമാരയിൽ പാൽ വെച്ചത്. അയാൾ വിളിക്കുമ്പോൾ അത് തിരിച്ചു വരുമായിരിക്കും. പാതിരാത്രിയിൽ വെന്റിലേറ്റർ വഴി പാമ്പിനെ മുറിക്കകത്തേക്ക് വിടുമായിരിക്കും. അത് ആ വയർ വഴി താഴേയ്ക്ക് പോകുന്നുണ്ടോ എന്നറിയാൻ.

പാമ്പ് കടിക്കുകയോ കടിക്കാതിരിക്കുകയോ ചെയ്യാം. ചിലപ്പോൾ ഒരാഴ്ചയായി അയാളീ ശ്രമം നടത്തിക്കൊണ്ടേയിരിക്കുകയായിരിക്കും. പക്ഷേ ഏതു ദിവസവും അവൾ ഇരയായി മാറാം.

ഡോക്ടറുടെ മുറിയിൽ കയറുന്നതിന്റെ മുമ്പേ ഈയൊരു നിഗമനത്തിലെത്തിയിരുന്നു. അയാളുടെ കസേര കണ്ടപ്പോഴും അത് കയറി നിൽക്കാൻ വേണ്ടി അവിടെ വെച്ചതാണെന്ന് മനസിലായി. തീർച്ചയായും വെന്റിലേറ്ററിൽ കൈയെത്താൻ വേണ്ടിയാണ്. അലമാരയും പാലും അറ്റം കെട്ടിയ ചൂരലും എല്ലാം എന്റെ നിഗമനത്തെ അരക്കിട്ട് ഉറപ്പിച്ചു. പാമ്പിനെ പെട്ടെന്ന് അലമാരക്കുള്ളിലിട്ട് തന്റെ സുരക്ഷയ്ക്കായി അലമാര പെട്ടെന്ന് അടയ്ക്കുന്ന ശബ്ദമാണ് മിസ്സ്. സ്റ്റോണർ ഇരുമ്പിന്റെ കലപില ശബ്ദം എന്നു പറഞ്ഞത്. നിങ്ങളറിയുമോ എന്റെ ആശയം ശരിയാണോ എന്നറിയാൻ ഞാനെന്താണ് ചെയ്തതെന്ന്. ആ ജീവി ഊതുന്ന ശബ്ദം കേട്ടയുടനെ ഞാൻ വിളക്ക് കത്തിച്ച് അതിനെ ആക്രമിച്ചു. അങ്ങനെ അതിനെ വെന്റിലേറ്റർ വഴി ഓടിച്ചു വിട്ടു."

"അതേ പോലെ തിരിച്ച് അതിന്റെ യജമാനനെ മറ്റേ തലക്കലിൽ ആക്രമിക്കുകയും ചെയ്തു. എന്റെ ചില അടികൾ അതിന് നന്നായി കൊണ്ടിരുന്നു. വേദന കൊണ്ട് പുളഞ്ഞ പാമ്പ് ആദ്യം കണ്ടയാളെ ആക്രമിച്ചു. എന്തായാലും ഡോക്ടർ ഗ്രംസ്ബി റോയ്ലോട്ട് അത് പൂർണമായും അർഹിക്കുന്നു."

3

ഗ്ലോറിയ സ്കോട്ട്

മറ്റ് കഥകളിൽ നിന്ന് വ്യത്യസ്തമായി ഷെർലക് ഹോംസ്, ഡോക്ടർ വാട്സണിന് വിവരിച്ചു കൊടുക്കുകയാണ് ഈ കഥ. ഹോംസ് കോളേജിൽ പഠിക്കുന്ന കാലത്ത് അദ്ദേഹത്തിന്റെ സുഹൃത്തായ വിക്ടർ ട്രിവർ അദ്ദേഹത്തിന്റെ അച്ഛന്റെ 'നോർഫോക്കി'ലുള്ള എസ്റ്റേറ്റിലേക്ക് ഒഴിവുകാലത്ത് ക്ഷണിച്ചു. വിക്ടറുടെ അച്ഛനെ വ്യവകലനത്തിൽ തന്റെ കഴിവ് പ്രകടിപ്പിച്ച് ഹോംസ് അത്ഭുതപ്പെടുത്തി. വിക്ടർ സമ്പന്നനും ബഹുമാന്യനുമായ ഒരു ഭൂവുടമയായിരുന്നു. അങ്ങനെ ആ ഒഴിവുകാലം രസകരമാക്കാൻ ഈ വ്യവകലന തന്ത്രം തുടർന്നുകൊണ്ടേയിരുന്നു. ഒരു ദിവസം പണ്ടെങ്ങോ താൻ ഒരു സുഹൃത്തുമായി നടത്തിയ വ്യവകലനത്തെപ്പറ്റി സംസാരിച്ചുകൊണ്ടിരുന്നു. സുഹൃത്തിന്റെ പേര് വെളിപ്പെടുത്താൻ താൽപ്പര്യമില്ലാതെ വെറും ജെ എ എന്നുമാത്രമേ ഹോംസ് പറഞ്ഞുള്ളൂ. ഈ കഥ കേട്ട് ട്രിവർ ഞെട്ടിപ്പോയി. അൽപ്പസമയത്തിനുശേഷം ബോധം നഷ്ടപ്പെടുകയും ചെയ്തു. അങ്ങനെ പിന്നെ എന്തൊക്കെയോ സംഭവങ്ങൾ ഒന്നിനു പിന്നാലെ മറ്റൊന്ന് എന്ന പോലെ നടന്നുകൊണ്ടേയിരുന്നു. അതിന്റെ അവസാനം ട്രിവർ മരിക്കുകയും ചെയ്തു. ഹോംസ് അന്വേഷണം തുടങ്ങി. ആരോ ട്രിവറിനെ പറഞ്ഞു പേടിപ്പിക്കുന്നുണ്ടായിരുന്നു. അങ്ങനെ ആ നിഗൂഢത വെളിച്ചത്തു കൊണ്ടുവന്നു.

***

ഒരു ശിശിര രാത്രിയിൽ ഞാനും ഹോംസും ഞെരിപ്പോടിന്റടുത്ത് ഇരിക്കുകയായിരുന്നു. കുറച്ചു കഴിഞ്ഞപ്പോൾ ഹോംസ് മേശ തുറന്ന് ചുരുട്ടി വെച്ച ചില കടലാസുകളെടുത്ത് നിവർത്തിക്കൊണ്ട് ഇങ്ങനെ പറഞ്ഞു. "വാട്സൺ, എന്റെ കയ്യിൽ നിങ്ങൾക്ക് താൽപ്പര്യമുയർത്തിയേക്കാവുന്ന ചില രേഖകളുണ്ട്. ഇത് ഗ്ലോറിയ സ്കോട്ടിലെ സങ്കീർണ

പ്രശ്നങ്ങളുടെ ചില രേഖകളാണ്. "ഇതിലെ ഈ വാക്കുകളാണ് അന്നത്തെ ഗ്രാമത്തലവൻ വായിച്ചപ്പോൾ ഭീതികൊണ്ട് മരിച്ചത്."

ഇത് കേട്ടപ്പോൾ എന്റെ ജിജ്ഞാസ വർധിച്ചു. ഞാൻ ആ രേഖകൾ വാങ്ങി വായിച്ചുനോക്കി, "ലണ്ടനിലേക്കുള്ള കളിയുടെ വിവരണം ശരിയായി നടക്കുന്നു. തല സൂക്ഷിപ്പുകാരൻ ഹഡ്സാ ഇപ്പോൾ പറഞ്ഞത് ഈച്ചകളെ നശിപ്പിക്കുന്ന വിഷക്കടലാസും, നിങ്ങളുടെ കോഴി ഉടമകളുടെ ജീവിത സംരക്ഷണത്തിനും ആവശ്യമായ എല്ലാ ഓർഡറുകളും സ്വീകരിക്കാനാണ്."

ഒന്നും മനസിലാകാതെ അങ്കലാപ്പിലായ ഞാൻ ഹോംസിനെ നോക്കുമ്പോൾ അയാൾ എന്റെ മുഖത്തെ ഭാവം നോക്കി കുലുങ്ങിച്ചിരിക്കുകയായിരുന്നു. "നിങ്ങൾ ആശയക്കുഴപ്പത്തിലായിരിക്കുന്നു" അയാൾ പറഞ്ഞു.

എനിക്കൊട്ടും മനസിലാകുന്നില്ല, ഇത്തരത്തിലുള്ള ഒരു വിഡ്ഢിത്തം വായിച്ച് മരിച്ചുവെന്നത് ശരിയാണ്. പക്ഷേ വസ്തുത ഇങ്ങനെയാണ്. ഇത് വായിച്ച, നല്ലവനും ആരോഗ്യവാനുമായ ഒരു വൃദ്ധൻ തളർന്നുവീണു പോയി. ഒരു തോക്കുകൊണ്ട് അടികിട്ടി വീണതുപോലെയാണ് വീണത്. "വളരെ രസകരമായിരിക്കുന്നു" ഞാൻ പറഞ്ഞു. "പക്ഷേ ഈ കേസിന്റെ പ്രത്യേകത എന്താണ്."

ഇത് സംഭവിച്ചത് എന്റെ ആദ്യത്തെ കേസിലാണ്.

ഞാൻ ഹോംസിനോട് പലപ്പോഴും ചോദിച്ച ഒരു ചോദ്യമാണ്, "എന്തുകൊണ്ടാണ് കുറ്റാന്വേഷണം തൊഴിലായി സ്വീകരിച്ചത്." പക്ഷേ ഒരിക്കലും അയാളുടെ ആദ്യകാല ജീവിതത്തെപ്പറ്റി പറയാറില്ല. ഇപ്പോൾ സംസാരിക്കാത്ത ഒരു മാനസികാവസ്ഥയിലാണെന്നു തോന്നുന്നു. അയാൾ ആ രേഖകൾ മടിയിൽ നിവർത്തി വെച്ചു.

"ഞാൻ നിങ്ങളോട് വിക്ടർ ട്രവറിനെപ്പറ്റി പറഞ്ഞിട്ടില്ലേ. എന്റെ കലാലയ ജീവിതത്തിലെ ഒരേ ഒരു സുഹൃത്ത്. ഞാൻ അധികം ആരോടും ഇടപഴകാത്ത ഒരു സ്വഭാവക്കാരനായിരുന്നു. മറ്റ് കുട്ടികൾക്കിടയിൽ നിൽക്കുന്നതിലും ഞാനിഷ്ടപ്പെട്ടത് എന്റെ മുറിയിൽ തനിച്ചിരിക്കാനാണ്. ഞാനൊരിക്കലും ഒരു കളികളിലും പങ്കെടുത്തിരുന്നില്ല. ആകെ പങ്കെടുക്കുക വാൾപ്പയറ്റിനും ബ്ലോക്സിങ്ങിനുമാണ്. ഞാൻ പഠിച്ച വിഷയവും അവരുടേതിൽ നിന്നെല്ലാം വ്യത്യസ്തമായിരുന്നു. ആരുമായും ഒരു ബന്ധവുമില്ലായിരുന്നു. എനിക്ക് ആകെ പരിചയമുള്ളത് ട്രവർ മാത്രം. എനിക്ക് ആ ബന്ധവും വളരെ യാദൃച്ഛികമായുണ്ടായതാണ്. ഞാൻ പള്ളിയിലേക്ക് പോകുമ്പോൾ അവന്റെ വളർത്തുനായ എന്നെ കടിച്ചു. ഞാൻ പത്ത് ദിവസം കിടപ്പിലായി. ആ പത്ത് ദിവസവും അവൻ എന്നെ സന്ദർശിച്ചു. അങ്ങനെ ഞങ്ങൾ വലിയ സുഹൃത്തുക്കളായി. അവൻ എല്ലാ കാര്യത്തിലും എന്നെപ്പോലെയായിരുന്നില്ല. നേരെ മറിച്ചായിരുന്നു. നല്ലവനും ചുറുചുറുക്കുമുള്ളവനുമായിരുന്നു. പക്ഷേ എന്നെപ്പോലെ അവനും വേറെ സുഹൃത്തുക്കളുണ്ടായിരുന്നില്ല. അങ്ങനെ ഒരുദിവസം നോർഫോക്കിലെ

അവന്റെ അച്ഛന്റടുത്തേക്കെന്നെ ക്ഷണിച്ചു. ഞാൻ ഒഴിവുകാലത്തിലെ ഒരുമാസം അവന്റെ കൂടെ ചെലവഴിക്കാമെന്നേറ്റു.

അവന്റെ അച്ഛൻ ധനികനും സ്വാധീനമുള്ളവനുമായ ഒരാളായിരുന്നു. സമാധാനകാംക്ഷിയായിരുന്നു. ഭൂവുടമയായിരുന്നു. അവന്റെ വീട് പഴയ രീതിയിലുള്ള ഒരു വലിയ വീടായിരുന്നു. ചെറുതാണെങ്കിലും നല്ലൊരു ലൈബ്രറി ഉണ്ടായിരുന്നു. നായാട്ടിനും മീൻപിടുത്തത്തിനും പറ്റിയ പ്രദേശം. ചുരുക്കത്തിൽ ഒരു മാസക്കാലം വളരെ രസകരമായിരുന്നു.

എന്റെ സുഹൃത്തിന്റെ അച്ഛൻ ഭാര്യ ഇല്ലാത്ത ഒരാളായിരുന്നു. ട്രിവർ ഒരേ ഒരു മകനാണ്. അതുകൊണ്ടായിരിക്കാം എന്നോട് വലിയ ഇഷ്ടമായിരുന്നു. വലിയ സംസ്കാരസമ്പന്നനായിരുന്നില്ല. പക്ഷേ ശാരീരികമായും മാനസികമായും നല്ല ശക്തനായിരുന്നു. ഒരൊറ്റ ബുക്കുപോലും വായിച്ചിട്ടില്ല. പക്ഷേ പല രാജ്യങ്ങളിലും യാത്ര ചെയ്തിട്ടുണ്ട്. ഒരുപാട് ലോകം കണ്ടിരുന്നു. ആ പ്രദേശത്തുള്ളവർ ഇദ്ദേഹത്തെ ദയാലുവും ഉദാരശീലനുമെന്ന് പറയുമായിരുന്നു. പ്രാദേശികത്തലവനായതുകൊണ്ട് ചില ശിക്ഷകളൊക്കെ നടപ്പാക്കാറുണ്ട്.

ഞാൻ അവിടെ എത്തി കുറച്ചുദിവസത്തിനുശേഷം ഒരു വൈകുന്നേരം ഭക്ഷണം കഴിച്ച് സൊറ പറഞ്ഞുകൊണ്ടിരിക്കുകയായിരുന്നു. വിക്ടർ എന്റെ കഴിവുകളെ പുകഴ്ത്തി പറഞ്ഞുകൊണ്ടിരുന്നു. അന്ന് ഞാനൊരു കുറ്റാന്വേഷകൻ ആയിട്ടില്ല. എന്റെ കഴിവുകളെ അന്ന് വളർത്തിയെടുക്കുന്നതേയുള്ളൂ. അവന്റെ അച്ഛൻ കരുതി മകൻ വെറുതെ അതിശയോക്തി പറയുകയാണെന്ന്. ചിരിച്ചുകൊണ്ട് എന്നോട് പറഞ്ഞു "നിന്റെ കഴിവൊന്ന് കാണിക്കൂ – മിസ്റ്റർ ഹോംസ് – ഞാൻ തന്നെയാകട്ടെ നിന്റെ വിഷയം. എന്നെപ്പറ്റി നിനക്കുള്ള നിഗമനങ്ങൾ എന്തൊക്കെയാണ്?"

ഞാനുത്തരം കൊടുത്തു, "അധികമാവില്ലെന്ന് കരുതട്ടെ, കഴിഞ്ഞ ഒരു വർഷമായി വ്യക്തിഗതമായ ഒരു കാര്യത്തെ നിങ്ങൾ ഭയക്കുന്നു."

"അയാളുടെ ചുണ്ടുകളിൽ നിന്ന് ചിരി മാഞ്ഞു. അത്ഭുതത്തോടെ എന്നെ നോക്കി. പിന്നീട് മകന്റെ നേരെ തിരിഞ്ഞുകൊണ്ടു പറഞ്ഞു, നിനക്കറിയാമോ, അത് ശരിയാണ്. നമ്മുടെ സ്ഥലത്ത് അതിക്രമിച്ച് കടന്നവരെ നമ്മൾ ആക്രമിച്ചില്ലേ, അന്നു മുതൽ പ്രതികാരം ചെയ്യുമെന്ന് അവർ എന്നെ ഭീഷണിപ്പെടുത്തിക്കൊണ്ടിരിക്കയാണ്. സർ എഡ്വേർഡ് ഹോളിയെ അവർ ആക്രമിക്കുകയും ചെയ്തിട്ടുണ്ട്. അതു മുതൽ ഒരു സംരക്ഷകൻ ഇല്ലാതെ ഞാൻ പുറത്തിറങ്ങില്ല. പക്ഷേ അത് നിനക്കെങ്ങനെ അറിയാം ഹോംസ്?"

ഞാൻ ചൂണ്ടിക്കാട്ടിയത് അയാളുടെ ഊന്നു വടിയാണ്. അതിന്റെ മേലേയുള്ള എഴുത്ത് വായിച്ചപ്പോൾ ഒരു കൊല്ലമായി നിങ്ങളത് ഉപയോഗിക്കുന്നു എന്ന് മനസിലായി. അയാൾ ആ വടിയുടെ തല ഭാഗത്ത് ലെഡ് ഉരുക്കി ഒഴിച്ച് ബലപ്പെടുത്തി നല്ല ഒരു ആയുധമായിട്ടാണ് കൊണ്ടു

നടക്കുന്നത്. ഇത്തരം മുൻകരുതൽ എടുക്കണമെങ്കിൽ എന്തിനെയോ പേടിക്കാതെ ചെയ്യില്ല.

"മറ്റെന്തെങ്കിലും ഉണ്ടോ?" ചിരിച്ചുകൊണ്ട് അദ്ദേഹം ചോദിച്ചു.

"ചെറുപ്പക്കാരനായിരിക്കുമ്പോൾ ബോക്സിങ് ചെയ്തിരുന്നു."

"വീണ്ടും ശരിയാണ്. അതെങ്ങനെ അറിഞ്ഞു?"

ഞാൻ പറഞ്ഞു "ഒരു ബോക്സറുടെ ചെവിയാണ് നിങ്ങൾക്ക്."

"മറ്റെന്തെങ്കിലുമുണ്ടോ?"

കട്ടിയുള്ള നിങ്ങളുടെ തോല് 'നിങ്ങൾ ഏതോ ഖനിയിൽ ജോലി ചെയ്തിരുന്നതായി പറയുന്നു.'

"അതെ, എന്റെ സമ്പത്ത് സ്വർണഖനിയിൽ നിന്നുണ്ടാക്കിയതാണ്."

"നിങ്ങൾ ന്യൂസിലാന്റിലും ജപ്പാനിലും പോയിരുന്നു."

"വളരെ ശരിയാണ്."

"ജെ എ എന്ന അപരനാമമുള്ള ഒരാളുമായി നിങ്ങൾ വളരെ അടുപ്പത്തിലായിരുന്നു. എന്നാൽ ഇന്ന് നിങ്ങൾ ആ ബന്ധത്തെ പൂർണമായും മറന്നിരിക്കുന്നു."

മിസ്റ്റർ ട്രവർ മെല്ലെ എഴുന്നേറ്റ് നിന്ന് എന്റടുത്ത് വന്ന് എന്നെ ഉറ്റു നോക്കി. പിന്നീട് ബോധം നഷ്ടപ്പെട്ടു.

ഞാനും അയാളുടെ മകനും എത്ര ഞെട്ടിയിട്ടുണ്ടാകുമെന്ന് നിങ്ങൾക്കൂഹിക്കാമല്ലോ. ഞങ്ങൾ അയാളുടെ കോട്ട് അഴിച്ചു മാറ്റി. മുഖത്ത് വെള്ളം തളിച്ചു. അയാൾ ദീർഘമായി ശ്വാസം കഴിച്ച് എഴുന്നേറ്റിരുന്നു. ചിരിയുണ്ടാക്കിക്കൊണ്ട് ഇങ്ങനെ പറഞ്ഞു. ഞാൻ കരുതുന്നത് നിങ്ങളെ ഞാൻ പേടിക്കേണ്ടതില്ലെന്നാണ്. കണ്ടാൽ ഞാൻ ശക്തനാണ്. പക്ഷേ എന്റെ ഹൃദയം ദുർബലമാണ്. അതുകൊണ്ട് ഞാൻ എളുപ്പത്തിൽ തല കറങ്ങി പോകുന്നു. നിങ്ങളെങ്ങിനെ ഇത് കൈകാര്യം ചെയ്യും. മിസ്റ്റർ ഹോംസ്. ഞാൻ കരുതുന്നത് നിങ്ങളാണ് ലോകത്തിലെ ഏറ്റവും വലിയ കുറ്റാന്വേഷകൻ. നിനക്ക് യോജിച്ച ജോലിയാണിത്. എന്റെ വാക്കുകളെ നിനക്ക് വിശ്വസിക്കാം.

"അതാണ് എന്റെ ജീവിതത്തിലാദ്യമായി കിട്ടിയ ഭാവി നിർണയിച്ച ഘടകം. വെറും ഒരു വിനോദം മാത്രമായാണ് കുറ്റാന്വേഷണത്തെ ഞാൻ കണ്ടത്. പിന്നീട് അത് എന്റെ ജീവിതമാർഗമായി. ആ നിമിഷം എന്റെ ആതിഥേയന്റെ അസുഖം കണ്ട് ആകെ അങ്കലാപ്പിലായിരുന്നു. അതുകൊണ്ട് ഞാൻ അദ്ദേഹത്തോട് ചോദിച്ചു. ഞാൻ നിങ്ങളെ വേദനിപ്പിക്കത്തക്ക തരത്തിലുള്ള വല്ലതും പറഞ്ഞോ?

"നല്ലകാര്യമായി! നീ മർമത്തിൽ തന്നെയാണ് തൊട്ടത്. ഞാൻ നിന്നോട് ചോദിക്കട്ടെ നിനക്ക് എത്രത്തോളം അറിയാം? എങ്ങനെ ഇതൊക്കെ മനസിലാക്കി? ഇതൊക്കെ പറയുമ്പോൾ ചിരിക്കുന്നുണ്ടെങ്കിലും മുഖത്തെവിടെയോ ഒരു ഭീതി പടർന്നിരുന്നു.

ഞാൻ പറഞ്ഞു. "അത് വളരെ എളുപ്പമാണ്. നിങ്ങൾ ചൂണ്ടയിടുമ്പോൾ നിങ്ങളുടെ കയ്യിൽ ജെ എ എന്ന് പച്ചകുത്തിയത് ഞാൻ കണ്ടു.

അക്ഷരങ്ങളെല്ലാം വായിക്കാൻ കഴിയുമെങ്കിലും മങ്ങിയിരുന്നു. അതിന് ചുറ്റുമുള്ള തോലിന്റെ രൂപം കണ്ടാലറിയാം നിങ്ങൾ ഇത് ഇല്ലാതാക്കാൻ ശ്രമിച്ചിരുന്നു എന്ന്. ഇതിൽ നിന്ന് എനിക്ക് വ്യക്തമായത് ഒരിക്കൽ ഈ അക്ഷരങ്ങൾ നിങ്ങൾക്ക് പ്രിയപ്പെട്ടതായിരുന്നെന്നും പിന്നീടത് വെറുക്കപ്പെട്ടിരുന്നു എന്നും ആണ്."

ആശ്വാസത്തിന്റെ ഒരു നിശ്വാസം വിട്ടുകൊണ്ട് അയാൾ അലറി, "നിന്റെ നിരീക്ഷണ പാടവം അപാരം തന്നെ. ഇത് നീ പറഞ്ഞതുപോലെ തന്നെ. പക്ഷേ എന്നെക്കൊണ്ട് അതൊന്നും പറയിക്കരുത്. പഴയ സ്നേഹം വേദനാജനകമാണ്. വാ, നമുക്ക് ഒരു കളി ബില്ല്യാർഡ്സ് കളിക്കാം."

അന്നു മുതൽ അദ്ദേഹം വളരെ സൗഹൃദപരമായിട്ടാണ് എന്നോട് പെരുമാറിയത്. പക്ഷേ എപ്പോഴും ഒരു സംശയമുള്ളതുപോലെയുമായിരുന്നു. അത് പ്രകടിപ്പിക്കാൻ അദ്ദേഹം ഇഷ്ടപ്പെട്ടിരുന്നില്ല. പക്ഷേ ഓരോ പ്രവൃത്തിയിലും പ്രകടമായിരുന്നു. അയാളുടെ മകൻ പോലും അത് ശ്രദ്ധിച്ചു. എന്നിട്ടിങ്ങനെ പറഞ്ഞു. "ഡാഡി നിങ്ങൾ ശരിക്കും പേടിച്ചിട്ടുണ്ട്. ഇനി ഒരിക്കലും നിങ്ങൾക്ക് അറിയുന്നതോ അറിയാത്തതോ ആയ കാര്യങ്ങൾ അവൻ പറയില്ല" അങ്ങനെ അവസാനം ഞാൻ അയാൾക്ക് അസ്വസ്ഥത ഉണ്ടാക്കുന്നുണ്ടെന്ന് ഉറപ്പായപ്പോൾ സ്ഥലം വീടാമെന്ന് തീരുമാനിച്ചു. പക്ഷേ ഞാൻ പോകാൻ തീരുമാനിച്ച അതേ ദിവസം തന്നെ ആ പ്രധാനപ്പെട്ട സംഭവം നടന്നു.

ഞങ്ങൾ മൂന്നുപേരും പുൽമേടിലിരുന്ന് വെയിൽ ആസ്വദിക്കുകയായിരുന്നു. അപ്പോൾ വേലക്കാരി വന്ന് അറിയിച്ചു. "പുറത്ത് ഒരാൾ മിസ്റ്റർ ട്രവറെ കാണാൻ കാത്തിരിക്കുന്നു. വന്നയാൾ പേര് വെളിപ്പെടുത്താൻ ഇഷ്ടപ്പെട്ടിരുന്നില്ല."

"അയാൾക്കെന്താണ് വേണ്ടത്?" ട്രവർ ചോദിച്ചു.

"അയാൾ പറഞ്ഞത് നിങ്ങൾക്കയാളെ അറിയാമെന്ന്. ഒരുനിമിഷം നിങ്ങളുമായി സംസാരിക്കണമെന്നുമാണ്." വേലക്കാരി പറഞ്ഞു.

അയാളെ ഉള്ളിലേക്ക് വിടാൻ ട്രവർ പറഞ്ഞു. ആകെ ചുക്കിച്ചുളിഞ്ഞ ഒരു ചെറിയ ചങ്ങാതി ഉള്ളിലേക്ക് വന്നു. ഒരു പ്രത്യേക രീതിയിലാണദ്ദേഹം സംസാരിച്ചത്. വൃത്തികെട്ട ഒരു നടത്തവും. ചുവപ്പും കറുപ്പും കള്ളികളുള്ള ഷർട്ടും പാന്റ്സും തേഞ്ഞു പഴകിയ ബൂട്ട്സും. ഇതാണയാളുടെ വേഷം.

അയാളുടെ ഭാവത്തിൽ നിന്ന് ഒരു നാവികനാണെന്ന് എനിക്കു തോന്നി. അയാൾ പുൽമേടിലൂടെ നടന്നു വരികയായിരുന്നു. അയാളെ കണ്ടതും മിസ്റ്റർ ട്രവർ ചാടിയെഴുന്നേറ്റ് വീട്ടിനുള്ളിലേക്ക് ഓടി. പെട്ടെന്ന് തിരിച്ചുവന്നു. പക്ഷേ എന്റടുത്തുകൂടി കടന്നുപോകുമ്പോൾ ബ്രാണ്ടി മണക്കുന്നുണ്ടായിരുന്നു. സംസാരിക്കാനുള്ള ഉത്തേജനമായിരിക്കും. വന്ന ആളോട് മിസ്റ്റർ ട്രവർ ചോദിച്ചു, "ഞാൻ നിങ്ങൾക്ക് എന്താണ് ചെയ്തു തരേണ്ടത്?"

നാവികൻ അയാളെ നോക്കി ഒരു ചിരിയോടെ ചോദിച്ചു.

"എന്നെ തിരിച്ചറിഞ്ഞോ?"

"ഇതെന്തൊരു ചോദ്യം! നീ ഹഡ്സനാണ്." മിസ്റ്റർ ട്രവർ ആശ്ചര്യത്തോടെ പറഞ്ഞു.

"ഹഡ്സൺ തന്നെ, സർ–നാവികൻ പറഞ്ഞു. മുപ്പത് വർഷങ്ങൾക്ക് മുമ്പാണ് നമ്മൾ അവസാനമായി കണ്ടത്. ഞാനിന്നും ഒരു നാവികനായി അലഞ്ഞു തിരിഞ്ഞു നടക്കുന്നു. നിങ്ങളോ സുഖസുന്ദരമായ വീട്ടിൽ സ്വൈരജീവിതം നയിക്കുന്നു."

"പക്ഷേ പഴയ കാലം ഞാനൊരിക്കലും മറന്നിട്ടില്ല" ട്രവർ ഉറക്കെപ്പറഞ്ഞു. എന്നിട്ട് അയാളുടെ അടുത്തുപോയി എന്തോ മെല്ലെപ്പറഞ്ഞു. പിന്നെയും ഉറക്കെ തുടർന്നു, "അടുക്കളയിൽ ചെന്ന് വല്ലതും കുടിക്കുകയും തിന്നുകയും ചെയ്യുക. തീർച്ചയായും എനിക്ക് നിനക്കൊരു ജോലി വാങ്ങിത്തരാൻ കഴിയും."

"ഒരുപാട് നന്ദിയുണ്ട്," രണ്ടുവർഷം നീണ്ടുനിന്ന ഒരു കടൽയാത്ര കഴിഞ്ഞിട്ട് ഇപ്പോൾ വന്നതേയുള്ളൂ. എനിക്ക് വിശ്രമം വേണം. അത് ഒന്നുകിൽ നിങ്ങളടുത്തോ അല്ലെങ്കിൽ മിസ്റ്റർ ബെഡ്ഡോസിന്റടുത്തോ വെച്ച് ആകാമെന്നാണ് ഞാൻ കരുതിയത്."

"ആഹാ" ഉറക്കെ ട്രവർ തുടർന്നു. ബെഡ്ഡോസ് എവിടെയാണെന്ന് നിനക്കറിയ്യോ?"

"ദൈവസഹായം കൊണ്ട് എന്റെ എല്ലാ സുഹൃത്തുക്കളും എവിടെയാണെന്ന് എനിക്കറിയാം" എന്ന് ആ ചങ്ങാതി പൈശാചികമായ ഒരു ചിരിയോടെ പറഞ്ഞുകൊണ്ട് അടുക്കളയിൽ കയറിപ്പോയി. മിസ്റ്റർ ട്രവർ എന്തൊക്കെയോ പിറുപിറുത്തു. പണ്ട് ഇദ്ദേഹം മൈനിൽ പണി എടുക്കുമ്പോൾ അയാളും ഒന്നിച്ചുണ്ടായിരുന്നുവെന്നു പറഞ്ഞു. ഞങ്ങളെ ആ പുൽമേട്ടിൽ വിട്ട് ട്രവർ വീട്ടിനുള്ളിലേക്ക് പോയി. ഒരു മണിക്കൂർ കഴിഞ്ഞ് ഞങ്ങൾ വീട്ടിനുള്ളിൽ കയറിച്ചെന്നപ്പോൾ അയാൾ അങ്ങേയറ്റം കുടിച്ച് ബോധംകെട്ട് സോഫയിൽ കിടക്കുന്നുണ്ടായിരുന്നു. ഈ സംഭവം അയാളെപ്പറ്റി വളരെ മോശമായ ഒരു മതിപ്പാണ് എന്റെ മനസിലുണ്ടാക്കിയത്. എന്റെ സുഹൃത്തിനും ഈ കാഴ്ച ഞാൻ കണ്ടതിൽ വല്ലാത്ത വിഷമമുള്ളതായും തോന്നി. ഒരു സമാധാനം മാത്രം, അടുത്തദിവസം ഞാൻ പോവുകയാണല്ലോ എന്നതായിരുന്നു.

ഇതൊക്കെ സംഭവിച്ചത് എന്റെ അവധിക്കാലത്തിന്റെ ആദ്യമാസത്തിലായിരുന്നു. ഞാൻ എന്റെ നാട്ടിലേക്ക് പോയി. ലണ്ടനിലെ ജീവിതം സുന്ദരമായി ആസ്വദിച്ചുകൊണ്ടിരിക്കുമ്പോൾ, ഏഴാമത്തെ ആഴ്ച കഴിഞ്ഞിട്ടുണ്ടാകും. അവധിക്കാലവും അവസാനിക്കാറായിരിക്കുന്ന സമയത്താണ് എനിക്കൊരു കമ്പി വന്നത്. അത് വിക്ടറുടേതായിരുന്നു. എത്രയും പെട്ടെന്ന് അവന്റെ വീട്ടിൽ എത്താനായിരുന്നു. അവൻ താണു കേണപേക്ഷിച്ചിരുന്നു. എന്റെ സാന്നിധ്യം അവന് അങ്ങേയറ്റം ആവശ്യമാണെന്നുമായിരുന്നു കമ്പി സന്ദേശം. പെട്ടെന്നു തന്നെ ഞാൻ യാത്രയായി.

സ്റ്റേഷനിൽ വന്ന് വിക്ടർ എന്നെ കൂട്ടിക്കൊണ്ടുപോയി. അവൻ ആകെ മെലിഞ്ഞ് ക്ഷീണിച്ചിരുന്നു. പഴയ ചിരിച്ചുകൊണ്ടുള്ള പ്രസരിപ്പുള്ള വിക്ടറായിരുന്നില്ല. അവൻ പറഞ്ഞ ആദ്യത്തെ വാക്കുകൾ "അച്ഛൻ മരിച്ചുകൊണ്ടിരിക്കുകയാണ്" എന്നാണ്.

ഞാനാകെ സ്തംഭിച്ചു പോയി. ഞാനുറക്കെപ്പറഞ്ഞു "അസാധ്യം! എന്താണ് പ്രശ്നം?"

"മാനസികമായ അസ്വസ്ഥതകൊണ്ടാണ്. എനിക്കിപ്പോൾ പേടി നമ്മൾ വീട്ടിലെത്തുമ്പോൾ അച്ഛന് ജീവനുണ്ടാകുമോ എന്നാണ്?"

"ഇത്രയൊക്കെ എത്താൻ എന്താണ് കാരണം." ഞാൻ ചോദിച്ചു.

"ആ... അതാണ് കാരണം. നിനക്കോർമയില്ലേ നീ ഞങ്ങളുടെ വീട്ടിൽ നിന്നും പോരുന്നതിന് മുമ്പ് ഒരു വൈകുന്നേരം ഒരു ചങ്ങാതി വന്നത്? കൃത്യമായി ഞാനോർക്കുന്നു. "അവനാരാണെന്ന് നിനക്കറിയാമോ? ചെകുത്താൻ." ഞാൻ അത്ഭുതത്തോടെ തുറിച്ചു നോക്കി.

വിക്ടർ തുടർന്നു; "അവൻ വീട്ടിൽ വന്നതിത് ശേഷം ഒരു നിമിഷം പോലും ഞങ്ങൾക്ക് സ്വസ്ഥത ഉണ്ടായിട്ടില്ല. ആ വൈകുന്നേരത്തിന് ശേഷം അച്ഛൻ ഒരിക്കലും തല നേരെ വെച്ചിട്ടില്ല. അദ്ദേഹം ഹൃദയം തകർന്ന് കിടക്കുകയാണ്. എല്ലാ പ്രശ്നങ്ങൾക്കും കാരണക്കാരൻ ഈ ഹഡ്സനാണ്.

'അയാൾക്കെന്ത് അധികാരമാണ് നിന്റെ അച്ഛനോട് ഇതൊക്കെ ചെയ്യാൻ?' ഞാൻ ചോദിച്ചു.

"ആ... അതു തന്നെയാണ് എനിക്കും അറിയേണ്ടത്. നല്ലവനായ എന്റെ അച്ഛൻ എങ്ങനെ ഈ തെമ്മാടിയുടെ പിടുത്തത്തിലായി. നീ വന്നത് എനിക്ക് ഒരുപാട് ഒരുപാട് സന്തോഷമായി. നിന്റെ തീരുമാനത്തിലും ഉപദേശത്തിലും ഞാൻ വിശ്വസിക്കുന്നു. ഏറ്റവും നല്ലത് എന്തുചെയ്യുന്നതാണെന്ന് നീ എന്നെ ഉപദേശിക്കണം."

ഞങ്ങൾ വണ്ടിയിൽ പോയിക്കൊണ്ടിരിക്കുമ്പോൾ അവൻ കഥകൾ തുടർന്നുകൊണ്ടിരുന്നു. "അച്ഛൻ ആദ്യം അവരെ തോട്ടക്കാരനായി നിശ്ചയിച്ചു. അത് അവന് ഇഷ്ടമില്ലായിരുന്നു. പെട്ടെന്ന് തന്നെ അടുക്കള പണിക്കാരനായി ഉദ്യോഗക്കയറ്റം നേടി. അങ്ങനെ മൊത്തം വീട് അയാളുടെ കീഴിലായി. വേലക്കാരികൾ അയാളുടെ അസഭ്യങ്ങളെയും അശ്ലീലങ്ങളെയുംപറ്റി പരാതിപ്പെട്ടുകൊണ്ടിരുന്നു. ഒരു മുഴുക്കുടിയനായിരുന്നു, അയാൾ. മറ്റു ജോലിക്കാർക്ക് ഇവനെക്കൊണ്ടുള്ള പരാതി അടക്കാനായി എല്ലാവർക്കും ശമ്പളം കൂട്ടിക്കൊടുത്തു. അച്ഛന്റെ തോക്കുമെടുത്ത് കാട്ടിൽ വേട്ടയ്ക്ക് പോകുമായിരുന്നു. ഇതൊക്കെ കാണുമ്പോൾ ഞാൻ അരിശം കൊണ്ട് കലിതുള്ളുമായിരുന്നു. ഒരൊറ്റ ഇടിക്ക് കഥ കഴിച്ചാലെന്തെന്ന് എപ്പോഴും തോന്നാറുണ്ട്. സത്യം പറയട്ടെ, ഹോംസ്, എന്നെ നിയന്ത്രിക്കാൻ ഞാൻ ഒരുപാട് പാടുപെടേണ്ടി വന്നു.

കാലം കടന്നു പോകുന്നതിനനുസരിച്ച് കാര്യങ്ങൾ വഷളായിക്കൊണ്ടേയിരുന്നു. ഈ ചങ്ങാതിയെക്കൊണ്ട് സഹികെട്ടു. ഒരുദിവസം എന്റെ

മുന്നിൽ വെച്ച് അച്ഛനെ അസഭ്യങ്ങൾ പറയാൻ തുടങ്ങി. എനിക്കെന്നെ നിയന്ത്രിക്കാൻ കഴിഞ്ഞില്ല. ഞാൻ അയാളുടെ കഴുത്തിന് പിടിച്ച് തള്ളി. ചുവന്നു തുടുത്തമുഖവുമായി അയാൾ നടന്നകന്നു. കണ്ണുനിറയെ പക യുമുണ്ടായിരുന്നു. അതിനുശേഷം അച്ഛനും അയാൾക്കുമിടയിൽ എന്തു സംഭവിച്ചു എന്നറിയില്ല. അയാളോട് മാപ്പു പറയാൻ അച്ഛൻ ആവശ്യപ്പെട്ടു. ഞാൻ നിഷേധിച്ചു. അയാൾക്ക് ഇത്രയധികം സ്വാതന്ത്ര്യം കൊടുക്കാനുള്ള കാരണമെന്താണെന്നും ഞാൻ ചോദിച്ചു.

'മോനെ എന്റെ അവസ്ഥ നിനക്ക് അറിയില്ല. പക്ഷേ പെട്ടെന്ന് തന്നെ നീയതറിയും. അന്ന് നീ ഈ അച്ഛനെ പഴിക്കരുത്. കേട്ടോ പോന്നുമോനെ.' അച്ഛൻ ആകെ അസ്വസ്ഥനായിരുന്നു. അന്ന് മുഴുവൻ മുറി അടച്ച് ഉള്ളിൽ ഇരുന്നു. ജനലിലൂടെ ഞാൻ നോക്കിയപ്പോൾ തിരക്കിൽ എന്തൊക്കെയോ എഴുതുകയായിരുന്നു.

അന്ന് വൈകുന്നേരം അയാൾ വന്നു. എനിക്ക് വളരെ ആശ്വാസം പകർന്നവയായിരുന്നു. ഭക്ഷണത്തിനുശേഷം അയാൾ ഞങ്ങളെ വിട്ട് പോവുകയാണെന്ന് പറഞ്ഞു. മുഴുക്കുടിയനെപ്പോലെയാണ് പറഞ്ഞത്. 'ഇവിടെ മതിയായി ഞാൻ ബെഡ്ഡോസിന്റെ അടുത്തേക്കാണ് പോകുന്നത്. നിങ്ങൾക്കുണ്ടായിരുന്ന പോലെ സന്തോഷം അയാൾക്കും എന്നെക്കാണുമ്പോൾ ഉണ്ടാകുമെന്നാണ് ഞാൻ കരുതുന്നത്.'

'അച്ഛന്റെ ചോദ്യംകേട്ട് ഞാൻ കോപാകുലനായി. ഹഡ്സൺ നീ ദേഷ്യപ്പെട്ടിട്ടല്ലേ പോകുന്നത്? ഒളികണ്ണുകൊണ്ട് എന്നെ നോക്കിക്കൊണ്ട് പറഞ്ഞു: 'എനിക്ക് മാപ്പ് കിട്ടിയില്ല.' ഇതുകേട്ട് അച്ഛൻ എന്റെ നേരെ തിരിഞ്ഞ് പറഞ്ഞു. 'വിക്ടർ ഇയാളോട് നീ മോശമായാണ് പെരുമാറിയതെന്ന് സമ്മതിക്കുക.'

ഞാൻ നേരെ തിരിച്ചാണ് ചെയ്തത്. 'അച്ഛാ ഇയാളെ ഇതുവരെ ഇവിടെ സഹിച്ചത് നമ്മളായിട്ടാണ്.'

'ഓ അങ്ങനെയാ, കണക്കാക്കിയത് അല്ലേ, ശരി കാണാം' അയാൾ അലറി.

അച്ഛനെ മാനസികാസ്വസ്ഥനാക്കിക്കൊണ്ട് അയാൾ വീട്ടിൽ നിന്നിറങ്ങി. പിന്നീടുള്ള രാത്രികൾ എന്റെ അച്ഛന് ഉറക്കമില്ലാത്തതായിരുന്നു. അങ്ങോട്ടും ഇങ്ങോട്ടും നടന്ന് നേരം കളയുകയായിരുന്നു പതിവ്. അങ്ങനെ മെല്ലെ മെല്ലെ ഒരുവിധം സാധാരണ ഗതിയിലേക്ക് വരുമ്പോഴാണ് അടുത്ത 'ഇടിത്തീ' തലയിൽ വീണത്."

"അതെങ്ങനെ" ഞാൻ ആകാംക്ഷയോടെ ചോദിച്ചു.

"ഇന്നലെ വൈകുന്നേരം 'ഫോർ ഡിം ഹാം'-ൽ നിന്ന് ഒരു കത്തു വന്നു. അച്ഛൻ ആ കത്ത് വായിച്ചു, കൈകൊണ്ട് നിർത്താതെ തലയ്ക്ക് അടിച്ചുകൊണ്ടേയിരുന്നു. പിന്നെ എഴുന്നേറ്റ് വട്ടത്തിൽ ഓടാൻ തുടങ്ങി. ശരിക്കും ഭ്രാന്തുപിടിച്ചതുപോലെ. പിന്നെ തളർന്നു വീണു. ഞങ്ങൾ അച്ഛനെ എടുത്ത് കിടക്കയിൽ കിടത്തി. ഡോക്ടറെ വരുത്തിച്ചു. അപ്പോ

ധാവസ്ഥയിലാണിപ്പോൾ. ഞാൻ കരുതുന്നത് നമ്മൾ എത്തുമ്പോഴേക്കും മരിച്ചിട്ടുണ്ടാകുമെന്നാണ്."

ഞാൻ അത്ഭുതത്തോടെ ചോദിച്ചു. "മരണഹേതുവായ ആ കത്തിന്റെ ഉള്ളടക്കമെന്താണ്?"

"അതാണ് ഏറ്റവും നിഗൂഢമായത്. കത്തിൽ ഒന്നുമില്ല. കുറെ നിസ്സാരവും ലളിതവുമായ ഒരു സന്ദേശം."

വീട്ടിലെത്തുമ്പോഴേയ്ക്കും മിസ്റ്റർ ട്രവർ ഈ ലോകത്തോട് വിട പറഞ്ഞിരുന്നു. ഞങ്ങൾ അകത്തേക്ക് കയറുമ്പോൾ ഡോക്ടർ പുറത്തേക്കിറങ്ങുകയായിരുന്നു. ആകെ തകർന്ന വിക്ടർ ഡോക്ടറോട് ചോദിച്ചു, "സർ, അത് എപ്പോഴാണ് നടന്നത്."

"നീ പോയ ഉടനെ തന്നെ."

"ബോധം വന്നിരുന്നോ, സർ."

"മരണത്തിന് മുമ്പ് ഒരു നിമിഷം."

"എന്നോട് എന്തെങ്കിലും പറയാൻ ഏൽപ്പിച്ചിരുന്നോ?"

"ജപ്പാന്റെ സ്റ്റൈലിൽ നിർമിച്ച വലിപ്പിൽ പിന്നിൽ ആ പേപ്പറുണ്ടെന്ന് പറയാൻ പറഞ്ഞു."

എന്റെ സുഹൃത്ത് മുകളിലത്തെ നിലയിലേക്ക് ഡോക്ടർക്ക് ഒപ്പം പോയി. പക്ഷേ ഞാൻ താഴത്തെ മുറിയിലിരുന്ന് ഈ പ്രശ്നത്തെപ്പറ്റി ചിന്തിച്ചു. ഈ ട്രവററുടെ ഭൂതകാല വിശേഷങ്ങൾ എന്താണ്? ഒരു ബോക്സർ ആണോ? യാത്രക്കാരനാണോ? സ്വർണഖനിക്കാരനാണോ? ഈ നാവികന്റെ ശക്തിക്ക് എങ്ങനെ അടിമപ്പെട്ടു. തന്റെ കയ്യിലെ പാതിമങ്ങിയ അക്ഷരങ്ങളെപ്പറ്റി കേട്ടപ്പോൾ വിഷമിച്ചതെന്തിന്? ഫോർഡിങ് ഹാമിൽ നിന്ന് കത്ത് വാങ്ങി പേടിച്ചു മരിച്ചതെന്തു കൊണ്ടാണ്.

ഫോർഡിങ് ഹാംഷയറിലാണല്ലോ മിസ്റ്റർ ബെഡ്ഡോസ് താമസിക്കുന്നത്. അയാളെ കാണാനാണല്ലോ നമ്മുടെ വില്ലൻ ഈ വീട്ടിൽ നിന്നും പോയത്. അയാളെയും ഭീഷണിപ്പെടുത്താനാണല്ലോ അവന്റെ പുറപ്പാട്. കത്ത് ഒന്നുകിൽ ഹഡ്സൺ അയച്ചതായിരിക്കും. ആ രഹസ്യം ഞാൻ തുറന്നു പറഞ്ഞു എന്നറിയിച്ചുകൊണ്ട് അല്ലെങ്കിൽ ബെഡ്ഡോസിന്റെ ഇതിനെപ്പറ്റിയുള്ള മുന്നറിയിപ്പായിരിക്കും. ഇപ്പോൾ കാര്യങ്ങളെല്ലാം വ്യക്തമാവുകയാണ്. അങ്ങനെയാണെങ്കിൽ ഈ കത്ത് എങ്ങനെയാണ് നിസ്സാരവും വിഡ്ഢിത്തം നിറഞ്ഞതുമാകുന്നത്. മകൻ കരുതിയത് ശരിയല്ല. അവൻ തെറ്റായി വായിച്ചിരിക്കും. അല്ലെങ്കിൽ കത്തെഴുതിയത് കോഡ് ഭാഷയിലായിരിക്കും. എന്തായാലും ആ കത്ത് കണ്ടേ തീരു. ആ കത്തിൽ ആന്തരാർഥങ്ങളാണുള്ളതെങ്കിൽ ആ ലിപി കണ്ടെത്തി വായിക്കേണ്ടിയിരിക്കുന്നു. ഏതായാലും അതിന് എനിക്ക് കഴിയുമെന്ന് വിശ്വാസം ഉണ്ട്.

ഒരു മണിക്കൂർ കഴിഞ്ഞ് വിക്ടർ തിരിച്ചു വന്നു.

വിളറിയവനെങ്കിലും ശാന്തനായിരുന്നു ഒരു കെട്ട് പേപ്പർ കൈയിൽ പിടിച്ചിരുന്നത് എന്റെ മടിയിലേക്കിട്ടു. എനിക്ക് എതിരായി ഇരുന്നു. പിന്നീട്

എന്തോ ഒരു കുറിപ്പ് എനിക്കു വെച്ചു നീട്ടി. ഇതാ കണ്ടോ ഈ ഒരൊറ്റ കടലാസ്. ഇതിലിങ്ങനെ എഴുതിയിരിക്കുന്നു.

ആദ്യം വായിച്ച് ഉടനെ ഞാനാകെ ആശയക്കുഴപ്പത്തിലായി. നിങ്ങൾ വായിച്ചാലും സ്ഥിതി ഇതു തന്നെ. ഇതൊരു പ്രത്യേക സന്ദേശമായിരുന്നു. ഞാൻ വീണ്ടു വീണ്ടും ശ്രദ്ധയോടെ വായിച്ചു. ഈ വാക്കുകൾക്ക് അതീവ രഹസ്യമായ മറ്റൊരു അർഥം ഉണ്ട് എന്ന് ഞാൻ ഊഹിച്ചു. പറക്കുന്ന കടലാസ് ഉം.

ഇതിനൊക്കെ മറ്റേതോ ഗൂഢാർഥമുണ്ട്. അത്തരമൊരു അർഥം ഊഹിച്ചെടുക്കാൻ കഴിയുന്നില്ലല്ലോ. ഈ സന്ദേശം വന്നത് ഞാൻ കരുതിയതുപോലെ മിസ്റ്റർ ബെഡ്ഡോസിൽ നിന്നാണ്. പിറകിലേക്ക് വായിക്കാൻ ശ്രമിച്ചു നോക്കി. ചില പ്രത്യേക വാക്കുകൾ വായിക്കാൻ സഹായകരമല്ലായിരുന്നു.

അങ്ങനെ തിരിച്ചും മിറച്ചും ആ കേസ് വേർതിരിക്കാൻ ശ്രമിച്ചപ്പോൾ ആ ലിപിയുടെ താക്കോൽ എന്റെ മനസിൽ മിന്നി മറഞ്ഞു. എല്ലാ മൂന്നാമത്തെ വാക്കും ആദ്യത്തെ വാക്ക് തന്നെയാണ്. ഈ സന്ദേശമാണ് മിസ്റ്റർ ട്രവറെ നിരാശയിലാക്കിയത്. ചുരുങ്ങിയ വാക്കുകൾ കൊണ്ടുള്ള ഒരു മുന്നറിയിപ്പായിരുന്നു ഇത്. ഞാൻ വിക്ടർക്ക് വായിച്ചുകൊടുത്തു.

"കളി കഴിഞ്ഞു. ഹഡ്സൺ എല്ലാം പറഞ്ഞു. നിന്റെ ജീവനെടുക്കാനുള്ള പറക്കലാണിനി."

"അങ്ങനെ തന്നെയായിരിക്കും എന്നാണ് എനിക്കും തോന്നുന്നത്." ഇങ്ങനെ പറഞ്ഞുകൊണ്ട് വിറയ്ക്കുന്ന കൈകളിൽ തലതാങ്ങി വിങ്ങിപ്പൊട്ടി. ഇത് മരണത്തേക്കാൾ ഭയാനകമാണ്. അതായത് അപമാനം. പക്ഷേ ഈ വാക്കുകളുടെ അർഥമെന്താണ്.

ഇതും ഈ സന്ദേശവുമായി ഒരു ബന്ധവുമില്ല. പക്ഷേ അയച്ച ആളെക്കണ്ടെത്താൻ ഒരു വഴിയുമില്ലെങ്കിൽ ഈ വാക്കുകൾ വെച്ച് നമുക്ക് കണ്ടെത്താൻ കഴിഞ്ഞേക്കാം. അയാൾ എഴുത്ത് തുടങ്ങിയത് തന്നെ ശ്രദ്ധിക്കുക. കളി എന്ന് എഴുതി... ഇട്ടിട്ടാണ് അടുത്ത വാക്ക് എഴുതിയത്. ഇങ്ങനെ വിട്ട് വിട്ട് എഴുതി പിന്നെ പൂരിപ്പിച്ചതാണ് ബാക്കി. ഇത് എഴുതിയ ആൾ ഒന്നുകിൽ ഒരു നായാട്ടുകാരനാണ് അല്ലെങ്കിൽ മൃഗങ്ങളെ വളർത്തുന്നതിൽ താൽപ്പര്യമുള്ളയാളാണ്. ഈ ബെഡ്ഡോസിനെപ്പറ്റി നിനക്ക് വല്ലതും അറിയാമോ? ഞാൻ ഓർക്കുന്നുണ്ട്, അയാൾ അച്ഛനെ അയാളുടെ എസ്റ്റേറ്റിലേക്ക് എല്ലാ ശരത്കാലത്തും നായാട്ടിനായി വിളിക്കാറുണ്ട്.

തീർച്ചയായും ഈ കത്ത് വന്നത് അവിടെ നിന്നാണ്. ഇനി നമുക്ക് അറിയേണ്ടത് ഈ രഹസ്യം എന്താണെന്നാണ്. ഈ രഹസ്യമാണ് ഹഡ്സൺ നിന്റെ അച്ഛനെയും ബെഡ്ഡോസിനെയും ഭീഷണി പ്പെടുത്താൻ ഉപയോഗിച്ചിരുന്നത്.

"കഷ്ടം! ഹോംസ്" വിക്ടർ അലറിക്കരഞ്ഞുകൊണ്ട് പറഞ്ഞു. "ആ കത്ത് ശരിയായ ഒരു കലിയാണ്. ലജ്ജാകരം. ഇനി ഞാൻ ഒന്നും നിന്നിൽ

നിന്നും മറച്ചുവെയ്ക്കില്ല. ഇതാ, ഇത് ഹഡ്സന്റെ പ്രതികാരം അടുത്തെത്തി എന്നു മനസിലാക്കിയ പാവം അച്ഛൻ എഴുതിയതാണിത്. ഇത് ഞാൻ അച്ഛന്റെ മുറിയിൽ നിന്ന് കണ്ടെടുത്തതാണ്. ഡോക്ടറെ ഏൽപ്പിച്ചതാണ് ഇക്കാര്യം. എനിക്കിത് വായിക്കാനുള്ള ശക്തിയില്ല. ഹോംസ് നീ എടുത്ത് ഉറക്കെ വായിക്കൂ."

"വിക്ടർ ഇതാണ് ആ പേപ്പറുകൾ. ഞാനത് നിങ്ങൾക്ക് വായിച്ചു തരാം. ഇതിലെ തലക്കെട്ട് "ഗ്ലോറിയ സ്കോട്ടിലെ കപ്പൽ യാത്രയിലെ പ്രത്യേകതകൾ.' കപ്പൽ ഫാൽ മൗത്തിൽ നിന്ന് ഒക്ടോബർ എട്ടിന് 1855 പുറപ്പെടുന്നതിന് മുമ്പ് മുതൽ നവംബർ ആറിന് അത് അപകടത്തിലാവുന്നതുവരെ.

ഇത് ഒരു കത്തിന്റെ രൂപത്തിലാണെഴുതിയിരിക്കുന്നത്. അതിങ്ങനെയാണ്.

എന്റെ വളരെ വളരെ പ്രിയപ്പെട്ട മകനേ എന്റെ അവസാനകാലം അപമാനിക്കപ്പെടുമെന്ന ഒരു ഭീഷണിയിലാണ്. എന്നെ ഏറ്റവും വേദനിപ്പിക്കുന്ന കാര്യം എന്തെന്നറിയാമോ നിനക്ക്? നിയമത്തിനെ പേടിച്ചോ, ഇന്നാട്ടിലെ എന്റെ പദവി നഷ്ടപ്പെടുമെന്ന ഭയം കൊണ്ടോ, അല്ലെങ്കിൽ എന്നെ അറിയാവുന്നവരുടെ മുന്നിൽ അപമാനിക്കപ്പെടുന്നതോ അല്ല. എന്നെ ഏറ്റവും വേദനിപ്പിക്കുന്നത് നീ ആണ്. എന്നെ സ്നേഹിക്കുകയും ബഹുമാനിക്കുകയും ചെയ്യുന്ന നീ ഞാൻ കാരണം അപമാനിക്കപ്പെടുന്നത് എനിക്ക് സഹിക്കില്ല. ഈ അപമാനം എനിക്ക് സംഭവിക്കുകയാണെങ്കിൽ നീ ഇത് വായിക്കണം. ഞാൻ എത്രത്തോളം കുറ്റക്കാരനാണെന്ന്, എന്നിൽ നിന്ന് തന്നെ അറിയണം. ദൈവത്തിന്റെ കൃപകൊണ്ട് അങ്ങനെ ഒരു അപമാനം സംഭവിക്കുന്നില്ലെങ്കിൽ ഈ കടലാസ് ഇതേപോലെ മേശയിൽ കിടക്കുകയാണെങ്കിലും, നീ കണ്ടെത്തുകയും ചെയ്താൽ കടലാസ് കത്തിച്ചുകളയുകയും ഈ കാര്യത്തെ നീ മറക്കുകയും ചെയ്യുക.

നീയിതു വായിക്കുകയാണെങ്കിൽ തീർച്ചയാണ് ഒന്നുകിൽ ഞാൻ അപമാനിതനാവുകയും ഈ വീട്ടിൽ നിന്ന് ഇറക്കിക്കൊണ്ടു പോവുകയും ചെയ്തിട്ടുണ്ടാകും. അല്ലെങ്കിൽ അതിലും സാധ്യത എന്റെ മരണമാണ്. ഏതായാലും രഹസ്യം തുറന്നുപറയണ്ട സമയമാണിത്. ഞാൻ ആദ്യം തന്നെ സത്യം ചെയ്യുകയാണ്, ഞാൻ ഇനി പറയുന്നതെല്ലാം സത്യമാണ്.

എന്റെ പ്രിയപ്പെട്ട മകനേ എന്റെ ശരിയായ പേര് ട്രവർ എന്നല്ല. ജെയിംസ് ആർമിറ്റേജ് എന്നാണ്. ഇപ്പോൾ നിനക്ക് മനസിലാവും ആഴ്ചകൾക്ക് മുമ്പ് നിന്റെ സുഹൃത്ത് എന്റെ കയ്യിലെ രണ്ട് അക്ഷരങ്ങളുടെ രഹസ്യത്തെപ്പറ്റി പറഞ്ഞപ്പോൾ ഞാൻ ഞെട്ടിയത്. ആർമിറ്റേജ് എന്ന എനിക്ക് ബാങ്കിൽ ജോലി കിട്ടി. നിയമം ലംഘിച്ചതിന് ഞാൻ ജയിലിലായി.

ചൂതാട്ടത്തിൽ വന്ന കടം വീട്ടാനായി കുറച്ചു ദിവസത്തേക്ക് ബാങ്കിന്റെ പണം എടുത്തു. പെട്ടെന്ന് തന്നെ ആരുമറിയാതെ തിരിച്ചുവെ

ക്കണമെന്ന് കരുതിയാണ് എടുത്തത്. പക്ഷേ കഴിഞ്ഞില്ല. പെട്ടെന്ന് ഒരു ചെക്ക് വന്നു. ബാങ്കിൽ പണമില്ലാത്ത വിവരം പുറത്തു വന്നു. മുപ്പത് വർഷം മുമ്പാണ്. അന്ന് നിയമം കഠിനമായിരുന്നു. എന്റെ 23-ാമത്തെ ജന്മദിനത്തിൽ തടവുപുള്ളിയായി. വേറെ 37 കുറ്റവാളികളും ഉണ്ടായിരുന്നു. ഞങ്ങളെ മൊത്തം 'ഗ്ലോറിസ്കോട്ട്' എന്ന കപ്പലിൽ ഓസ്ട്രേലിയയിലേക്ക് നാട് കടത്തി.

ക്രിമിയൻ യുദ്ധം കൊടുംപിരികൊള്ളുന്ന കാലമായിരുന്നു അത്. അതുകൊണ്ട് കുറ്റവാളികളെ കൊണ്ടുപോകുന്ന കപ്പലും യുദ്ധത്തിനായി ഉപയോഗിച്ചിരുന്നു. അതുകൊണ്ട് സർക്കാരിന് ചെറുതും ഉറപ്പില്ലാത്തതുമായ കപ്പലുകൾ കുറ്റവാളികളെ കൊണ്ടുപോകാൻ ഉപയോഗിക്കേണ്ടിവന്നു. 'ഗ്ലോറി സ്കോട്ട്' പഴയതും തേയിലക്കച്ചവടത്തിന് ഉപയോഗിച്ചതുമായിരുന്നു. അതിൽ '38' കുറ്റവാളികളും 26 വേലക്കാരും, '18' പട്ടാളക്കാരും ഒരു കപ്പിത്താനും, മൂന്ന് വേലക്കാരും ഒരു ഡോക്ടറും ഏകദേശം നൂറോളം യാത്രക്കാരുമുണ്ടായിരുന്നു.

സാധാരണ തടവുകാരെ കൊണ്ടുപോകുന്ന കപ്പലുകളിൽ ശക്തമായ വിഭജനമുണ്ടാകാറുണ്ട്. എന്നാൽ ഈ കപ്പലിൽ അത്തരമൊന്ന് ഇല്ലായിരുന്നു. അടുത്തുള്ള മുറികളിലുള്ളവർക്ക് തമ്മിൽ തമ്മിൽ കാണാൻ കഴിയുമായിരുന്നു. എന്റടുത്ത മുറിയിലെ ചങ്ങാതിയെ കപ്പലിലേക്ക് കയറുമ്പോഴേ ഞാൻ ശ്രദ്ധിച്ചിരുന്നു. നല്ല നീളമുള്ള, പ്രസന്നവദനനായ ഒരാൾ, ആറര അടി പൊക്കമുണ്ടായിരിക്കും. അയാളുടെ ചുമലുവരെ പോലും ഞങ്ങൾ ആരും നീളമുണ്ടായിരുന്നില്ല. മറ്റെല്ലാവരും ക്ഷീണിതരും ദു:ഖിതരുമായിരുന്നു. ഈ ഒരൊറ്റ ആൾക്ക് മാത്രമെ ചുറുചുറുക്കും ആത്മവിശ്വാസവുമുണ്ടായിരുന്നുള്ളൂ. അയാളെ കണ്ടതോടെ എനിക്കും ധൈര്യമായി. അയാൾ എന്റെ അടുത്ത മുറിയിലായപ്പോൾ എനിക്ക് സന്തോഷം തോന്നി.

രാത്രി വളരെ വൈകിയിരുന്നു, എന്തോ ശബ്ദം കേട്ട് നോക്കിയപ്പോൾ അയാൾ ഞങ്ങൾക്കിടയിലെ പലക മെല്ലെ മുറിച്ച് മാറ്റുകയായിരുന്നു. അയാൾ എന്റെ പേര് ചോദിച്ചു. എങ്ങനെയാണിവിടെ വന്നതെന്നും. മറുപടി പറഞ്ഞശേഷം ഞാൻ തിരിച്ചും ഇതേപടി ചോദിച്ചു. അയാൾ ജാക്ക് പ്രിന്റർ ഗാസ്റ്റ് ആയിരുന്നു.

എന്നെ അറസ്റ്റ് ചെയ്യുന്നതിന് കുറച്ചുമുമ്പ് പത്രങ്ങളിൽ വന്ന കുപ്രസിദ്ധമായ കേസിലെ പ്രതിയാണയാൾ. ഉന്നതകുല ജാതനായിരുന്നു. പക്ഷേ ജന്മനാഹീനമായ സ്വഭാവത്തിന്റെ ഉടമയായിരുന്നു. ലണ്ടനിലെ ഉഗ്രൻ വ്യാപാരികളിൽ നിന്നും കണക്കറ്റ തുക ചതിയിലൂടെ സ്വന്തമാക്കിയതാണ് അയാളുടെ കുറ്റം.

പൊട്ടിച്ചിരിച്ചുകൊണ്ട് അയാൾ ഭയങ്കര അഭിമാനത്തോടെ ചോദിച്ചു, 'എന്റെ കുറ്റം പത്രത്തിൽ വായിച്ചിട്ടില്ലേ' എന്ന്.

'തീർച്ചയായും വായിച്ചു.'

'എന്തെങ്കിലും അസാധാരണത്വം അതിൽ ഉണ്ടോ?'

'എന്ത്?'

'കോടിക്കണക്കിന് രൂപ ഞാൻ കൈക്കലാക്കിയിരുന്നു, അല്ലേ?'

'ആ, അങ്ങനെ പറയുന്നതു കേട്ടു.'

'പക്ഷേ ഒരു ചില്ലിക്കാശുപോലും കണ്ടുകിട്ടിയില്ല. ആ പൈസ എവിടെ എന്നാണ് നീ കരുതുന്നത്?'

'എനിക്കറിയില്ല. അതിനെപ്പറ്റി യാതൊരു ആശയവുമില്ല.'

'എന്റെ കയ്യിൽ തന്നെയുണ്ട്' എന്നു പറഞ്ഞ് അലറി. 'ദൈവ കൃപയിൽ ഞാൻ ധനികനാണ്. എന്റെ കുട്ടി നിന്റെ കയ്യിൽ പൈസയുണ്ടെങ്കിലും അത് കൈകാര്യം ചെയ്യാൻ അറിയാമെങ്കിലും നിനക്ക് അസാധ്യമായി ഒന്നുമില്ല. പിന്നെ ഞാനെന്തിന് ഒരു കുറ്റവാളിയായി ഈ കപ്പലിൽ ഇരിക്കണം. ഇല്ല. ഞാൻ എന്നെ രക്ഷിക്കും. എന്റെ കൂടെ നിന്നാൽ നിന്നെയും ഞാൻ രക്ഷിക്കാം.'

ആദ്യം ഞാൻ കരുതി വെറുതെ പൊങ്ങച്ചം പറയുകയാണെന്ന്. എന്റെ ആത്മാർഥത അയാൾക്ക് പെട്ടെന്ന് മനസിലായി. എല്ലാ പദ്ധതിയും എന്നോട് തുറന്നു പറഞ്ഞു. അയാൾ ശരിക്കും എല്ലാം ആസൂത്രണം ചെയ്തിരുന്നു. അയാൾ ആ കപ്പലിന്റെ നിയന്ത്രകനായി മാറിയിരുന്നു. ഒരു ഡസനോളം തടവുപുള്ളികൾ അയാളോടൊപ്പം ഉണ്ടായിരുന്നു. പ്രിൻജർഗാസ്സ് അതിന്റെ തലവനും. കപ്പലിലെ ആളുകൾ കാശിനാൽ അനുസരണയുള്ളവരും. 'പണം എന്ന ഉത്തേജക വസ്തു.'

അയാൾ പറഞ്ഞു. എനിക്കൊരു പങ്കാളിയുണ്ട്, വളരെ കാര്യമുള്ള ഒരു നല്ലവൻ. അവൻ വേഷപ്രച്ഛന്നനാണ്. അയാളുടെ കയ്യിലുള്ള പെട്ടിയിലാണ് ആവശ്യമുള്ള പണം. അയാൾ കപ്പൽ ജോലിക്കാരെ കാശ് കൊടുത്ത് പാട്ടിലാക്കിയിരിക്കയാണ്. കപ്പിത്താനെവരെ അവൻ വരുതിയിലാക്കിയിട്ടുണ്ട്.

'നമ്മളെന്താണ് ചെയ്യേണ്ടത്,' ഞാൻ ചോദിച്ചു.

'നീയെന്താ കരുതിയത്? നമ്മൾ പട്ടാളക്കാരെ കൊല്ലണം.' അയാൾ പറഞ്ഞു.

'പക്ഷേ അവരുടെ കയ്യിൽ ആയുധമുണ്ടാകില്ലേ?'

ഞാൻ എതിർത്തു.

'ചങ്ങാതീ... നമ്മുടെ കയ്യിലും ആയുധങ്ങൾ ഉണ്ട്. ഞാൻ എല്ലാവർക്കും തോക്ക് കരുതിയിട്ടുണ്ട്. ജോലിക്കാരു നമ്മുടെ ഭാഗത്താണ്. ഇന്ന് രാത്രി നിന്റെ ഇടതുഭാഗത്തുള്ളവനോട് ഇക്കാര്യം പറയുക. വിശ്വസ്തനാണോ എന്നുറപ്പ് വരുത്തുക.'

ഞാനതുപോലെ ചെയ്തു. എന്റെ അടുത്തുള്ളയാൾ എന്നെപ്പോലെ ചെറുപ്പമായിരുന്നു. അവന്റെ കുറ്റം കൃത്രിമ രേഖയുണ്ടാക്കി എന്നതായിരുന്നു. പേര് ഇവാൻസ്. എന്നാൽ എന്നെപ്പോലെ പിന്നീട് പേരു മാറ്റി. ഇന്ന് അയാൾ ഇംഗ്ലണ്ടിലെ ഒരു കോടീശ്വരനാണ്. അദ്ദേഹം ഞങ്ങളെ രക്ഷിക്കാൻവേണ്ടി മാത്രമാണ് ഈ ഗൂഢാലോചനയിൽ ചേർന്നത്.

രണ്ടു പേരൊഴിച്ച് ബാക്കിയെല്ലാവരും രക്ഷപ്പെടാൻ തയാറായി. രണ്ടു പേരിൽ ഒരാൾ മാനസിക അസ്വാസ്ഥമുള്ളയാളായിരുന്നു. അയാളെ ഞങ്ങൾക്ക് വിശ്വാസമില്ലായിരുന്നു. മറ്റേയാൾക്ക് മഞ്ഞപ്പിത്തം പിടിപെട്ടതുകൊണ്ടും ഞങ്ങൾ ഒഴിവാക്കി. ഞങ്ങൾക്ക് യാതൊരു സഹായവും ചെയ്തു തരാൻ അയാൾക്ക് പറ്റില്ലായിരുന്നു.

തുടക്കത്തിൽ ഞങ്ങൾ പ്രത്യേകിച്ചൊന്നും ചെയ്യേണ്ടതില്ലായിരുന്നു. കപ്പലിലെ ജോലിക്കാർ ഏകദേശവും തെമ്മാടികളായിരുന്നു. ഈ ജോലിക്കായി തെരഞ്ഞെടുത്തതുപോലെ. ഒരു വ്യാജ പള്ളീലച്ചൻ ഉണ്ടായിരുന്നു. ഞങ്ങളെ ഗുണദോഷിക്കാൻ വന്നതുപോലെ ഒരു കറുത്ത ബാഗുമായി വന്നു. ബാഗിൽ വിശുദ്ധ പുസ്തകങ്ങൾക്ക് പകരം ആയുധങ്ങളായിരുന്നു. മൂന്നാമത്തെ ദിവസം ഞങ്ങൾക്കോരോരുത്തർക്കും വേണ്ടത്ര ആയുധം തന്നു. അതൊക്കെ അയാളുടെ കട്ടിലിനടിയിൽ സൂക്ഷിച്ചതായിരുന്നു. അംഗരക്ഷകർ രണ്ടുപേരും പ്രിന്റർഗാസ്റ്റിന്റെ ഏജന്റുമാരായിരുന്നു. രണ്ടാമത്തവർ അയാളുടെ വലംകൈ ആയിരുന്നു. പള്ളീലച്ഛൻ രണ്ട് അംഗരക്ഷകർ, കേണൽ മാർട്ടിൻ, അയാളുടെ പതിനെട്ട് സൈനികർ, ഡോക്ടർ എല്ലാം ഞങ്ങളുടെ സഹായികളായിരുന്നു. എല്ലാ ശാന്തമാണെങ്കിലും ഞങ്ങൾ എല്ലാ മുൻകരുതലും പുലർത്തിയിരുന്നു. രാത്രി ആക്രമിക്കാമെന്നാണ് ഞങ്ങൾ കരുതിയത്. പക്ഷേ പ്രതീക്ഷിച്ചതിനും മുമ്പ് അത് സംഭവിച്ചു.

ഞങ്ങൾ യാത്രതുടങ്ങി. മൂന്നാമത്തെ ആഴ്ച രോഗിയായ തടവുപുള്ളിയെ ചികിത്സിക്കാൻ ഒരു ഡോക്ടർ വന്നു. അയാൾ കിടക്കയ്ക്ക് ഉള്ളിലേക്ക് കൈ വെച്ചപ്പോൾ തോക്കുപോലെ ഒരു ആകൃതി തോന്നി. അയാൾ മിണ്ടാതിരുന്നില്ല എങ്കിൽ എല്ലാ പദ്ധതികളും വിഫലമായേനെ. പക്ഷേ അയാൾ പെട്ടെന്ന് എന്തോ ശബ്ദം ഉണ്ടാക്കിപ്പോയി. പക്ഷേ പറ്റിയ അബദ്ധത്തിൽ വിളറി. തടവുപുള്ളിക്ക് കാര്യം മനസിലായി ഡോക്ടറെ പിടിച്ചു മുറുക്കി. അയാളെ പിടിച്ചു കട്ടിലിൽ കെട്ടി. ഡക്കിലേക്കുള്ള വാതിൽ തുറന്നു. ഞങ്ങളെല്ലാം പിന്നാലെ കുതിച്ചു. രണ്ട് കാവൽക്കാരെ ഞങ്ങൾ വെടിവെച്ചു കൊന്നു. കാര്യമെന്തെന്ന് അന്വേഷിക്കാൻ വന്ന പൊലീസുകാരനെയും കൊന്നു. രണ്ട് സൈനികർ നിറതോക്ക് ശരിയാക്കുമ്പോൾ അവരെയും കൊന്നു. നേരെ കപ്പിത്താന്റെ മുറിയിലേക്ക് ചെന്നു. ഞങ്ങൾ എത്തുന്നതിന് മുമ്പേ ആരോ അയാളെ കൊന്നിരിക്കുന്നു. പാതിരി കയ്യിൽ പുകയുന്ന തോക്കുമായി പുറത്തു നിൽപ്പുണ്ടായിരുന്നു. ഞങ്ങളുടെ കൂട്ടിത്തിലില്ലാത്ത രണ്ടു പേരെ പിടിച്ചടക്കി. കാര്യങ്ങളെല്ലാം നിയന്ത്രണാധീനമായി.

ഞങ്ങൾ സന്തോഷംകൊണ്ട് മതിമറന്നു. തടവുകാർ ഒരിക്കൽ കൂടി സ്വതന്ത്രരായ സന്തോഷം. വ്യാജപാതിരി, വിൽസൺ അയാൾ അലമാരയിൽ നിന്ന് മദ്യമെടുത്ത് എല്ലാവർക്കും വിതരണം ചെയ്തു. കുടിക്കാൻ തുടങ്ങുമ്പോഴേക്കും തോക്കിൻ പട വന്നു വെടി തുടങ്ങി. കറുച്ചുനേരം വെറും പുക മാത്രം.

പുക അടങ്ങിയപ്പോൾ ചുറ്റും ശവശരീരങ്ങൾ കൊണ്ട് നിറഞ്ഞിരുന്നു. വിൽസണും മറ്റ് എട്ട് പേരും മരിച്ചു കിടക്കുന്നു. ഞങ്ങളാകെ ഞെട്ടിത്തെറിച്ചുപോയി. അടുത്തനിമിഷം ഞങ്ങളും കീഴടങ്ങേണ്ടി വരുമെന്ന് കരുതിയിരുന്നു. പക്ഷേ പ്രന്റർഗാസ്റ്റ് ഉള്ളതുകൊണ്ട് രക്ഷപ്പെട്ടു. പശുകരയുന്നതുപോലെ അദ്ദേഹം കരയാൻ തുടങ്ങി. നേരെ വാതിലിനടുത്ത് പോയി. പിന്നാലെ ഞങ്ങളും.

ഞങ്ങൾ ഓടി പുറത്തെത്തി. സൈനിക ഉദ്യോഗസ്ഥനും സൈനികരും ഞങ്ങളെ കാത്തിരിക്കുകയായിരുന്നു. ഭയങ്കര വെടിവെപ്പ് നടന്നു. അങ്ങോട്ടും ഇങ്ങോട്ടും ഭയങ്കരയുദ്ധം തന്നെ. അഞ്ചു നിമിഷംകൊണ്ട് എല്ലാം കഴിഞ്ഞു.

ദൈവമേ! ഭീകരമായ ഒരു യുദ്ധരംഗം!

പ്രിന്റർഗാസ്റ്റ് ക്രൂരനായ ചെകുത്താനായിരുന്നു. ഓരോ സൈനികരെയും പിടിച്ച് ഉയർത്തി ഡക്കിലേക്ക് എറിയുകയായിരുന്നു. അവർക്ക് ജീവനുണ്ടോ, ഇല്ലയോ എന്ന് നോക്കാതെ. യുദ്ധം അവസാനിച്ചപ്പോൾ ഞങ്ങളുടെ ശത്രുക്കളിൽ ഡോക്ടറും മറ്റു കുറച്ചാളുകളും ഒഴിച്ച് ബാക്കി എല്ലാവരും മരിച്ചുകഴിഞ്ഞിരുന്നു.

ഇവർ തമ്മിൽ വലിയ വാക്കേറ്റം ഉണ്ടായി. ഞങ്ങളുടെ അംഗങ്ങൾക്കെല്ലാം സ്വാതന്ത്ര്യം ലഭിച്ചതിൽ തൃപ്തിയായിരുന്നു. ആർക്കും കൊലപാതകിയാവുന്നതിൽ താൽപ്പര്യമുണ്ടായിരുന്നില്ല. ആയുധമേന്തിയ സൈനികരുടെ നേരെ ആക്രമിക്കുക. ആയുധമില്ലാത്തവരെ നിഷ്കരുണം കൊല്ലുക. ശരിക്കും ക്രൂരത നിറഞ്ഞ രംഗങ്ങൾ ഞങ്ങൾ എട്ടുപേർ – 5 കുറ്റവാളികൾ മൂന്ന് നാവികർ ഇതിനെ എതിർത്തു.

ഈ ക്രൂരതയ്ക്കെതിരെ ഞങ്ങളുടെ ദീനരോദനം പ്രിന്റർ ഗാസ്റ്റിന്റെയോ, അയാളുടെ കൂട്ടാളികളുടെയോ ചെവിയിൽ വീണില്ല. നമ്മുടെ സുരക്ഷിതത്വം ദൃക്സാക്ഷികളെ കൊല്ലുക എന്നതാണ്. അങ്ങനെ ആ യുദ്ധം (ഞങ്ങളുടെ പ്രിന്റർഗാസ്റ്റ്മായുള്ള) ശരിക്കും ഞങ്ങളെയും അവസാനിപ്പിക്കേണ്ടതായിരുന്നു. അവസാനം അദ്ദേഹം ഇങ്ങനെ പറഞ്ഞു. 'നിങ്ങൾക്ക് ആഗ്രഹമുണ്ടെങ്കിൽ ബോട്ടിൽ രക്ഷപ്പെടാം' എന്ന്. കൊല കണ്ടു നടുങ്ങിയ ഞങ്ങൾ ആ വാഗ്ദാനം സ്വീകരിച്ചു. എത്രയും വേഗം ആ രംഗത്ത് നിന്ന് രക്ഷപ്പെടാനാണ് ഏവരും ആഗ്രഹിച്ചത്. ഞങ്ങൾക്കെല്ലാം നാവികരുടെ വസ്ത്രം തന്നു. കുടിക്കാൻ വെള്ളവും ബിസ്ക്കറ്റും തന്നുവിട്ടു. വടക്കുനോക്കി യന്ത്രവും തന്നു. പ്രിന്റർഗാസ്റ്റ് ഒരു ഭൂപടം തന്നു. കപ്പൽ അപകടത്തിൽപ്പെട്ടുവന്നവരാണെന്ന് നടിക്കാൻ പറഞ്ഞു. അങ്ങനെ ഞങ്ങളെ അയാൾ യാത്രയയച്ചു.

ഇനി എന്റെ ജീവിതത്തിലെ ഏറ്റവും അത്ഭുതകരമായ കാര്യം സംഭവിച്ചത് പറയാം. കാറ്റിൽ എന്റെ കപ്പൽ നീങ്ങിത്തുടങ്ങി. ഇവാൻസും ഞാനും കൂട്ടത്തിൽ വിദ്യാഭ്യാസമുള്ളവരായിരുന്നു. ഞങ്ങൾ മുന്നോട്ടുള്ള യാത്രാ പദ്ധതി തയാറാക്കി. പെട്ടെന്ന് കറുകറുത്ത പുക കപ്പലിനരികിൽ ഉണ്ടായി. വളരെ പെട്ടെന്ന് ഞങ്ങൾ ഇടി മുഴക്കംപോലെ എന്തോ കേട്ടു.

അങ്ങനെ പുകപടലം മാറിയപ്പോൾ ഗ്രോറിയ സ്കോട്ടിന്റെ ഒന്നും കാണാൻ കഴിഞ്ഞില്ല. ഗ്ലോറിയ സ്കോട്ടിന്റെ കഥ കഴിഞ്ഞു.

ഞങ്ങൾ വേഗം പുകയുന്ന സ്ഥലത്തേക്ക് ബോട്ട് തുഴഞ്ഞു പോയി. ഒരു മണിക്കൂർ കഴിഞ്ഞേ അവിടെ എത്താൻ കഴിഞ്ഞുള്ളൂ. ആരെയും രക്ഷിക്കാൻ കഴിയില്ലെന്നാണ് കരുതിയത്. സുന്ദരമായ ഗ്ലോറിയ സ്കോട്ടിന് പകരം ചിന്നഭിന്നമായ തുണ്ടുകൾ മാത്രമാണ് കണ്ടത്. അവിടെ ഒരു ജീവൻ പോലും കണ്ടെത്താൻ കഴിഞ്ഞില്ല.

നിരാശയോടെ ഞങ്ങൾ പിന്മാറുമ്പോൾ ഒരു നേരിയ കരച്ചിൽ കേട്ടു. കുറച്ചകലെ പൊട്ടിത്തെറിച്ച ഒരു പലകയിൽ ഒരാൾ കിടന്നിരിക്കുന്നു. അയാളുടെ, സഹായത്തിനായുള്ള ശബ്ദമാണ് ഞങ്ങൾ കേട്ടത്. അടുത്ത് ചെന്നപ്പോഴാണ് അത് ഹഡ്സൺ എന്ന നാവികനാണെന്ന് മനസിലായത്. അയാൾ വല്ലാതെപൊള്ളിയിരുന്നു. പിറ്റേദിവസം രാവിലെവരെ അദ്ദേഹത്തിന് ഒന്നും സംസാരിക്കാൻ കഴിഞ്ഞില്ല അത്രയ്ക്കു ക്ഷീണിതനായിരുന്നു.

ഞങ്ങൾ കപ്പലിൽ നിന്ന് രക്ഷപ്പെട്ട സമയം മുതൽ പ്രിന്റർഗാസ്റ്റ് ബാക്കിയുള്ള അഞ്ച് തടവുപുള്ളികളെയും കൊല്ലാൻ തുടങ്ങി. പിന്നെ ഡോക്ടറെ, രണ്ടു അംഗരക്ഷകരെ, എല്ലാം കൊന്നു. ആകെ ബാക്കിയുണ്ടായിരുന്നത് ഒരു കപ്പൽ ജോലിക്കാരൻ. അവന് ഭയങ്കര ധൈര്യമായിരുന്നു. അവനെ കെട്ടിയ കയർ എങ്ങനെയോ പൊട്ടിച്ച് നേരെ ചരക്ക് സൂക്ഷിച്ച മുറിയിലേക്ക് പോയി. ഒരു ഡസനോളം തടവുപുള്ളികൾ പിന്നാലെ ചെന്നു. അവർ തോക്കും പിടിച്ച് അവന്റെ പിന്നാലെ പോയി. അവൻ തീപ്പെട്ടിയും പിടിച്ച് വെടിമരുന്ന് പെട്ടിയുടെ അടുത്ത് ഭീക്ഷണി മുഴക്കി ഇരിക്കുന്നതാണ് കണ്ടത്. ആരെങ്കിലും അവനെ ഉപദ്രവിക്കാൻ ശ്രമിച്ചാൽ... അടുത്ത നിമിഷം അവിടെ ഒരു പൊട്ടിത്തെറി നടന്നു. അത് ആരുടെയോ വെടിയുണ്ട ഉന്നം തെറ്റി വെടി മരുന്നിൽ വീണതാണെന്നാണ് ഹഡ്സൺ പറയുന്നത്. ഏതായാലും തടവുപുള്ളികളെയും കൊണ്ടുവന്ന കപ്പൽ തകർന്നിരുന്നു.

എന്റെ മോനെ, ഞാൻ ബന്ധപ്പെട്ട ഭീകര സംഭവത്തിന്റെ ചരിത്രം ഇതാണ്. അടുത്തദിവസം ഒരു ആസ്ത്രേലിയൻ കപ്പലിൽ ഞങ്ങൾ നാട്ടിലേക്ക് മടങ്ങി. ഞങ്ങൾ സഞ്ചരിച്ച സാധാരണ യാത്രാക്കപ്പൽ തകർന്ന് രക്ഷപ്പെട്ടവരാണ് ഞങ്ങളെന്നാണ് കപ്പിത്താൻ വിശ്വസിച്ചത്. ഗ്ലോറിയാ സ്കോട്ട് പൂർണമായി തകർന്നതുകൊണ്ട് സത്യം ലോകത്തോട് പറയാൻ ആരും ബാക്കിയുണ്ടായിരുന്നില്ല.

ഞങ്ങൾ സിഡ്നിയിലെത്തി. അവിടെവെച്ച് ഈവൻസും ഞാനും ഞങ്ങളുടെ പേര് മാറ്റി. നേരെ സ്വർണഖനിയിലെത്തി. അവിടെ എല്ലാ രാജ്യത്ത് നിന്നും വന്നവരുണ്ടായിരുന്നു. ഞങ്ങളും അക്കൂട്ടത്തിൽ ലയിച്ചു. പിന്നെ ഞങ്ങൾ പുറത്തിറങ്ങിയത് ധനികരായിട്ടാണ്. ഇംഗ്ലണ്ടിൽ എസ്റ്റേറ്റുകൾ വാങ്ങി. ഇരുപതുവർഷത്തോളം സുന്ദരമായ ജീവിതം നയിച്ചു. ഞങ്ങളുടെ പഴയകാലം എല്ലാവരാലും മറക്കപ്പെട്ടു എന്നു കരുതി.

നീ ചിന്തിച്ചു നോക്കൂ – ഒന്നും ഒരിക്കലും പുറത്തുവരില്ലെന്ന് കരുതിയിരിക്കുമ്പോഴാണ് ഞാൻ കടലിൽ നിന്ന് രക്ഷിച്ച മനുഷ്യന്റെ പ്രത്യക്ഷപ്പെടൽ. അവൻ ഭീഷണിപ്പെടുത്താനുള്ള വരവാണെന്ന് ഉറപ്പായിരുന്നു. അവനെ ഞാനെന്തിന് സഹിച്ചു എന്ന് നിനക്ക് മനസിലായല്ലോ. എനിക്കുറപ്പാണ് നിനക്ക് ഭയം തോന്നുമെന്നെനിക്കുറപ്പാണ്. ഇന്ന് അവൻ എന്നെ വിട്ട് മറ്റവന്റടുത്ത് ഭീഷണിപ്പെടുത്താനായിട്ടാണ് പോയത്."

അതിന്റെ താഴെ വിറയ്ക്കുന്ന കൈകൾ കൊണ്ടാണെഴുതിയത്. അത് വായിക്കാൻ വലിയ വിഷമമായിരുന്നു. "ഹ എല്ലാം പറഞ്ഞിരിക്കുന്നു. ദൈവത്തിന്റെ കൃപയ്ക്ക് മാത്രമേ നമ്മെ രക്ഷിക്കാൻ കഴിയൂ."

അതൊരു നാടകീയമായ സന്ദേശമായിരുന്നു. അതാണ് അന്ന് രാത്രി ഞാൻ വിക്ടർ ട്രവറിന് വായിച്ച് കൊടുത്തത്. ഇത് കേട്ട് പാവത്തിന്റെ ഹൃദയം പൊട്ടിപ്പോയി. അയാൾ പിന്നീട് ഏഷ്യയിൽ തേയിലത്തോട്ടം നടത്തി. ഇന്ന് അയാൾ നല്ല സ്ഥിതിയിലാണെന്നാണ് അറിവ്. ഹഡ്സണും ബെഡ്ഡോസും എവിടെയാണെന്ന് ഇതുവരെ ഒരറിവും ഇല്ല. രണ്ടുപേരും അപ്രത്യക്ഷരായിരിക്കുന്നു. ബെഡ്ഡോസ് ആ ഭീഷണിയെ ശരിക്കും പേടിച്ചു. പൊലീസിന്റെ കണക്കു പ്രകാരം ഹഡ്സൺ ബഡ്ഡോസിനെ കൊന്ന് നാടുവിട്ടു എന്നാണ്. എന്നാൽ, വാട്ട്സൺ, ഞാൻ കരുതുന്നത് നേരെ മറിച്ചാണ്. ബെഡ്ഡോസ് ഹഡ്സനെ കൊന്ന് കിട്ടിയ പണം കെട്ടിപ്പെറുക്കി നാട് വിട്ടതായിരിക്കും.

വാട്സൺ ഇതാണ് ഗ്ലോറിയാ സ്കോട്ടിന്റെ കഥ.

4

മസ്ഗ്രേവിലെ അനുഷ്ഠാനം

ഷെർലക് ഹോംസ് തന്റെ മറ്റൊരു കോളേജ് സഹപാഠിയെ സഹായിച്ച കഥയാണിത്. റജിനാൾഡ് മസ്ഗ്രേവ് എന്ന ധനികനായ സുഹൃത്തിന്റെ വീട്ടിലെ രണ്ടു വേലക്കാരുടെ നിഗൂഢമായ അപ്രത്യക്ഷ മാകലിന്റെ അന്വേഷണം. മിസ്റ്റർ റജിനാൾഡ് മസ്ഗ്രേവ് തന്റെ വീട്ടിലെ മറ്റൊരു വേലക്കാരനെ "മസ്ഗ്രേവ് അനുഷ്ഠാനം" എന്ന 17-ാം നൂറ്റാ ണ്ടിലെ അവരുടെ കുടുംബത്തിന്റെ ഒരു ആധാരം രാത്രി 2.30 ന് കട്ടെടുത്ത് വായിച്ചതിന് പുറത്താക്കി. അതിന്റെ പിന്നാലെയാണ് പാചകക്കാരന്റെയും ഒരു പരിചാരികയുടെയും അപ്രത്യക്ഷമാകൽ. ഈ ആധാരം കുറെചോ ദ്യങ്ങളും അതിന് അർഥമില്ലാത്ത കുറെ ഉത്തരങ്ങളുമാണ്. എന്തിനാ ണയാൾ ഇത് തട്ടിയെടുത്തത്. വല്ല നിധിയുടെയും വിവരം അടങ്ങിയ താണോ ഇത്? ഇത് ഹോംസ് അന്വേഷിക്കുന്നു. അത്ഭുതകരമായ കണ്ടെ ത്തലുകൾ നടത്തുന്നു.

***

എന്റെ സുഹൃത്ത് ഷെർലക് ഹോംസ് ചിട്ടയുള്ള ഒരു മനുഷ്യനാ യിരുന്നു. പക്ഷേ സ്വകാര്യ ജീവിതത്തിൽ ചില വൃത്തികെട്ട സ്വഭാവങ്ങളു ണ്ടായിരുന്നു. അയാളുടെ ചില നേരത്തെ സ്വഭാവം കണ്ടാൽ ഒരു വീട്ടിൽ പങ്കുചേർന്നു താമസിക്കുന്നവർ പോലും നിൽക്കുകയില്ല. സിഗരറ്റ്, വിറക് തൊട്ടിയിലുണ്ടാകും. ചെരിപ്പിന്റെ തട്ടിൽ ബുക്കുണ്ടാകും. ബുക്ക് വെയ്ക്കുന്നിടത്ത് ചെരിപ്പും. പുകയില ചെരിപ്പിനുള്ളിലുണ്ടാകും. മറുപടി അയയ്ക്കേണ്ട കത്തുകൾ കത്തിയിൽ കുത്തി അടുക്കള ഭിത്തിയിൽ വച്ചിരിക്കും. അസ്വസ്ഥത നിറഞ്ഞ സമയമാണെങ്കിൽ കസേരയിലിരുന്ന് ചുമരിലേക്ക് വെടി വെയ്ക്കും. തന്റെ പരീക്ഷണങ്ങൾക്കായി ഉപയോ

ഗിച്ച രാസവസ്തുക്കൾ ഭക്ഷണം കഴിക്കുന്ന പാത്രങ്ങളിൽ സൂക്ഷിക്കും. പലപ്പോഴും ഭീതിയോടെയേ ഞാനിതിനെ കണ്ടുള്ളൂ.

എനിക്ക് ഏറ്റവും ദേഷ്യമുള്ള കാര്യം അവന്റെ കടലാസ് കൂമ്പാരങ്ങളായിരുന്നു. ആവശ്യമില്ലാത്ത പല രേഖകളും നശിപ്പിക്കുന്നത് അയാൾക്കിഷ്ടമില്ലായിരുന്നു. അതും പഴയ കേസുകളുടേത്. പക്ഷേ അവ ഒരിക്കലും തരം തിരിക്കാൻ അയാൾ ശ്രമിച്ചിരുന്നില്ല. അങ്ങനെ അവയ്ക്ക് രക്ഷ കിട്ടുന്നത് മുറി നിറയെ നീങ്ങാൻ പറ്റാത്ത അവസ്ഥയിൽ അത് നിറയുമ്പോഴാണ്.

ഒരു മഞ്ഞുകാല രാത്രിയിൽ സഹികെട്ട് ഞാൻ അവനോട് പേപ്പറുകൾ രാത്രിയിൽ തരംതിരിക്കാൻ ആവശ്യപ്പെട്ടു. എന്റെ ന്യായമായ അപേക്ഷ അവന് നിരസിക്കാൻ കഴിയില്ലായിരുന്നു. മെല്ലെ കിടപ്പുമുറിയിലേക്ക് പോയി ഒരു വലിയ പെട്ടി വലിച്ച് മുറിയുടെ നടുവിലേക്ക് കൊണ്ടുവന്നു. ഒരു സ്റ്റൂൾ എടുത്തുകൊണ്ടു വന്ന് പെട്ടിയുടെ അടുത്ത് വെച്ച് അതിലിരുന്ന് പെട്ടിയുടെ അടപ്പ് തുറന്നു. ഇത്തരത്തിലുള്ള മറ്റ് മൂന്ന് കെട്ടുകൾ ഉണ്ട്.

എന്നെ കുസൃതി നിറഞ്ഞ ഒരു നോട്ടം നോക്കിയിട്ട് ഇങ്ങനെ പറഞ്ഞു. “വാട്സൺ, നോക്കൂ, എത്ര കേസുകളാണിതിനുള്ളിൽ, ഇതിൽ ചിലതൊക്കെ നിങ്ങൾക്കറിയാമെന്ന് തോന്നുന്നു. ഇതിൽ ചിലത് ഉള്ളിൽ വെക്കാനോ പുറത്തെടുക്കാനോ നിങ്ങളെന്നോട് പറഞ്ഞത്?

ഓ... ഇതെല്ലാം നിങ്ങളുടെ കേസുകളുടെ വിശദരേഖകളാണ് അല്ലേ? പലപ്പോഴും ഞാനാഗ്രഹിച്ചിട്ടുണ്ട് ആ കേസുകളുടെ വിശദരേഖകൾ കാണണമെന്ന്.”

“എന്റെ കുട്ടീ ഇതെല്ലാം നമ്മൾ പരിചയപ്പെടുന്നതിന് മുമ്പുള്ളതാണ്.”

പിന്നെ ഒരുവിധം ഒതുങ്ങിയിരുന്ന കെട്ടുകളെല്ലാം കീഴ്മേൽ മറിച്ചിട്ടു.

“ഇതെല്ലാം വിജയങ്ങളായിരുന്നെന്ന് പറയാൻ വയ്യ, വാട്സൺ എല്ലാറ്റിലും അതിന്റേതായ പ്രശ്നങ്ങൾ ഉണ്ട്. ഇതാ.... ഇത് വളരെ രസകരമായ ഒന്നാണ്.”

ഉള്ളിന്റെ ഉള്ളിൽ നിന്ന് മൂടിപോയ ഒരു മരപ്പെട്ടിയെടുത്ത് അതിനുള്ളിൽ നിന്ന് ചുക്കിച്ചുളിഞ്ഞ ഒരു രേഖ ചികഞ്ഞെടുത്ത് എനിക്ക് നൽകി. അതിന്റെ കൂടെ പഴയ വെങ്കലത്തിന്റെ ഒരു താക്കോൽ, ചരടുള്ള ഒരു മരക്കഷണം, തുരുമ്പു പിടിച്ച മൂന്ന് പഴയ ലോഹത്തകിടുകൾ.

“എന്റെ കുട്ടീ, ഇതൊക്കെ കണ്ടിട്ട് എന്തു തോന്നുന്നു.”

എന്റെ ഭാവം കണ്ട് ചിരിച്ചു കൊണ്ട് അദ്ദേഹം ചോദിച്ചു.

“ഇത് വളരെ ജിജ്ഞാസയുള്ള ഒരു ശേഖരണമാണ്.”

“വളരെ വളരെ ജിജ്ഞാസയുള്ളത്. അതിനെ ചുറ്റിയുള്ള കഥ കേട്ടാൽ ഒരുപാട് ഒരുപാട് അത്ഭുതപരതന്ത്രനാകും.”

“ഈ നുറുങ്ങുകൾക്ക് ഒരു ചരിത്രമുണ്ട് അല്ലേ.”

“ആ ഒരു ചരിത്രം.”

"എന്താണ് നിങ്ങൾ അർഥമാക്കിയത്."

ആ നുറുങ്ങുകൾ നോക്കിക്കൊണ്ട് വളരെ തൃപ്തിയോടെ ഹോംസ് പറഞ്ഞു. "മസ്ഗ്രെവിലെ അനുഷ്ഠാനങ്ങളെപ്പറ്റിയുള്ള സാഹസികത യിലെ ഓർമകൾ ഇവ മാത്രം."

"ഈ കേസിനെപ്പറ്റി ഒന്നിലധികം പ്രാവശ്യം കേട്ടിട്ടുണ്ട്. പക്ഷേ വിശദാംശങ്ങൾ അറിയില്ല. അതിനെപ്പറ്റി എനിക്ക് പറഞ്ഞു തരൂ."

"അപ്പോൾ ഇതൊക്കെ ഇങ്ങനെതന്നെ ചിതറി കിടക്കട്ടെ." കുസൃതി യോടെ അയാൾ ചോദിച്ചു. "പക്ഷേ നിങ്ങളുടെ കേസ് ശേഖരണത്തിൽ ഇതും കൂടെ ചേർത്താൽ ഞാൻ വളരെ സന്തോഷവാനായിരിക്കും. കാരണം ഇത് ഒറ്റപ്പെട്ടതും അപരിചിതവുമായ ഒരു കേസാണ്."

അയാൾ തുടർന്നു. "നിങ്ങൾ ഓർക്കുന്നുണ്ടായിരിക്കാം, എന്റെ ജോലിയാണ് കുറ്റാന്വേഷണം എന്ന്. ഞാൻ അത് തിരിച്ചറിഞ്ഞ ആദ്യ അന്വേഷണമാണ് 'ഗ്ലോറിയ സ്കോട്ട്.' ആ അന്വേഷണം എന്റെ ജീവിത ഉപാധിയായി. ഇന്ന് നിങ്ങളെന്നെ കാണുന്നത് അറിയപ്പെടുന്ന പ്രശസ്ത നായ വിജയിയായ ഒരു കുറ്റാന്വേഷകനായിട്ടാണ്. പക്ഷേ ഒരു കാലത്ത് ഞാനീ അന്വേഷണത്തിന് ഒരുപാട് കഷ്ടപ്പെട്ടിട്ടുണ്ട്.

ഞാൻ ആദ്യമായി ലണ്ടനിൽ വരുമ്പോൾ താമസിച്ചത് മോണ്ടേഗോ തെരുവിലായിരുന്നു. ബ്രിട്ടീഷ് മ്യൂസിയത്തിനടുത്തായിരുന്നു അത്. അന്ന് പല ശാസ്ത്ര വിഷയങ്ങൾ പഠിച്ചു. കാരണം എപ്പോഴെങ്കിലും ഒരു കേസ് കിട്ടിയാലായി. അത് എന്റെ സഹപാഠികൾ വഴി. അതിന് കാരണം യൂണി വേഴ്സിറ്റിയിലെ അവസാന വർഷം എന്റെ കഴിവുകൾ സഹപാഠികൾ ക്കിടയിൽ പ്രചരിച്ചിരുന്നു. അങ്ങനെ കിട്ടിയ മൂന്നാമത്തെ കേസായിരുന്നു 'മസ്ഗ്രേവ് അനുഷ്ഠാനം.' അതൊരു വൻവിജയമായി. ആ കേസാണ് എന്റെ വിജയത്തിന്റെ ആദ്യത്തെ കാൽവെപ്പ്.

റജിനാൾഡ് മസ്ഗ്രേവ് എന്റെ കോളേജിൽ പഠിച്ചവനായിരുന്നു. എനിക്ക് ചെറിയ പരിചയം മാത്രം. അവൻ അത്രയ്ക്ക് അറിയപ്പെടുന്ന വനായിരുന്നു. കാഴ്ചയിൽ കുലീനനായിരുന്നു. യു കെ യിലെ പാര മ്പര്യമുള്ള ഒരു കുടംബത്തിൽപ്പെട്ടവനായിരുന്നു. ഞങ്ങൾ ഒന്നോ രണ്ടോ തവണ സംസാരിച്ചിട്ടുണ്ടാകും. അയാൾ എന്റെ രീതികളിൽ താൽപ്പര്യ മുള്ളവനായിരുന്നു.

പിന്നെ നാലുകൊല്ലം അവനെപ്പറ്റി യാതൊരു വിവരവുമുണ്ടായി രുന്നില്ല. പിന്നെ കാണുന്നത് ഒരുദിവസം രാവിലെ എന്റെ മുറിയിൽ കയറി വന്നപ്പോഴാണ്. നാലുവർഷം കൊണ്ട് അവന് വലിയ മാറ്റമൊന്നും വന്നി ട്ടില്ലായിരുന്നു. അവൻ പഴയതുപോലെ ശാന്തനും വിനീതനുമായിരുന്നു. അവനെ സ്വീകരിച്ചിരുത്തിയതിനു ശേഷം കുശലാന്വേഷണങ്ങൾ നടത്തി.

'രണ്ടു വർഷം മുമ്പ് എന്റെ അച്ഛൻ മരിച്ചത് നീയറിഞ്ഞിട്ടുണ്ടാ കുമല്ലോ. അതിനുശേഷം ഞാൻ അച്ഛന്റെ എസ്റ്റേറ്റ് നോക്കി നടത്തുക യാണ്. എന്റെ ജില്ലയിലെ മേയറാണ് ഞാൻ. എന്റെ ജീവിതം തികച്ചും തിരക്കിലാണ്. "ഹോംസ് നീ നിന്റെ കഴിവുകൾ ജീവിതമാർഗമാക്കിയത് ഞാൻ മനസിലാക്കുന്നു."

'അതെ, ഞാൻ എന്റെ ബുദ്ധി ഉപയോഗിച്ച് ജീവിക്കുന്നു. കേട്ടതിൽ എനിക്ക് വളരെ സന്തോഷം. കാരണം എനിക്ക് ഇപ്പോൾ നിന്റെ ഉപദേശം കിട്ടിയേ പറ്റൂ. ഹേൾസ്റ്റോണിൽ ചില ആകസ്മിക സംഭവങ്ങളുണ്ടായി. ആ നിഗൂഢമായത് കണ്ടെത്താൻ പൊലീസിന് പോലും കഴിയുന്നില്ല. ഇത് തികച്ചും അസാധാരണം.'

എന്റെ കഴിവ് പ്രകടിപ്പിക്കാൻ എനിക്കൊരവസരം കിട്ടിയതിൽ അതിയായ സന്തോഷം തോന്നി. ഞാൻ അയാളോട് കാര്യങ്ങൾ വിശദീകരിക്കാൻ പറഞ്ഞു.

അവൻ കഥ തുടങ്ങി, എന്റെ എസ്റ്റേറ്റ് വളരെ വലുതായതുകൊണ്ട് അതിന്റെ സംരക്ഷണത്തിനായി ഒരുപാട് ജോലിക്കാരെ നിർത്തേണ്ടിവന്നു. ഇടയ്ക്കിടയ്ക്ക് വീട്ടിൽ പല പാർട്ടികളും നടത്തേണ്ടിയിരുന്നു. ഇതിനൊക്കെയായി എട്ട് വേലക്കാരികളും ഒരു പാചകക്കാരനും വീട് മേൽനോട്ടക്കാരനും രണ്ട് വീട് സംരക്ഷകരും സന്ദേശങ്ങൾ അയക്കാനായി ഒരാൺകുട്ടിയെയും വീട്ടിൽത്തന്നെ വേണ്ടിവന്നു. തോട്ടത്തിലും തൊഴുത്തിലുമെല്ലാം വേറെ ഒരുപാടുപേർ. ഇക്കൂട്ടത്തിൽ ഏറ്റവും കൂടുതൽ സേവനം അനുഷ്ഠിച്ചയാളാണ് ഒരു ബ്രൺട്ടൺ, അയാൾ വീട് സൂക്ഷിപ്പുക്കാരനാണ്. ഇരുപത് വർഷങ്ങൾക്ക് മുൻപ് അയാളെ ജോലിക്ക് നിർത്തുന്നതിന് മുൻപ് അയാൾ ഒരു അധ്യാപകനായിരുന്നു. കഠിനാധ്വാനിയും ബുദ്ധിമാനുമാണെന്ന് സ്വയം തെളിയിച്ചിരുന്നു. അവനില്ലാതെ ഒരു കാര്യവും മുന്നോട്ട് പോകില്ല എന്ന അവസ്ഥയായിരുന്നു. നാൽപ്പത് വയസിന് താഴെയുള്ള ഒരു സുന്ദരനായിരുന്നു. എല്ലാ രംഗത്തും അസാധാരണ പാടവമുള്ളവനായിരുന്നു. ഒരുപാട് ഭാഷ കൈകാര്യം ചെയ്യാൻ അറിയാമായിരുന്നു. ഒരുവിധം എല്ലാ വാദ്യോപകരണങ്ങളും വായിക്കുകയും ചെയ്യുമായിരുന്നു. എനിക്കെന്നും അത്ഭുതമായിരുന്നു, ഇത്തരം കഴിവുകളുള്ള ഒരു മനുഷ്യൻ എങ്ങനെ ഈ ജോലിയുമായി പൊരുത്തപ്പെട്ടുപോകുന്നുവെന്ന്. ഞാൻ കരുതിയത് ജോലിയിലെ സ്വസ്ഥതയും മാറ്റത്തിന് താൽപ്പര്യവുമില്ലാഞ്ഞിട്ടായിരിക്കാം അയാൾ ഈ ജോലി സ്വീകരിച്ചത് എന്നാണ്.

ഈ അത്ഭുത മനുഷ്യന് ഒരു ചാപല്യമുണ്ട് അത് സ്ത്രീയായിരുന്നു. കല്യാണം കഴിഞ്ഞപ്പോൾ യാതൊരു പ്രശ്നവുമില്ലായിരുന്നു. അയാളുടെ ഭാര്യയുടെ മരണം കാര്യങ്ങൾ തകിടം മറിച്ചു. ഒരുപാട് പ്രശ്നങ്ങളുണ്ടായി. മാസങ്ങൾക്ക് മുമ്പ് ഞങ്ങളുടെ വേലക്കാരിയുമായി കല്യാണമുറപ്പിച്ചതോടെ ആകെ ആശ്വാസമായിരുന്നു. ഈയടുത്ത് അവളെ ചതിച്ച് മറ്റൊരു സ്ത്രീയുമായടുത്തു. അവളുടെ പേരു റേച്ചൽ എന്നായിരുന്നു. നല്ലവളായിരുന്നു. പക്ഷേ പെട്ടെന്നാണറിഞ്ഞത് അവളുടെ തലച്ചോറിന് സുഖമില്ലെന്ന്. ഇപ്പോൾ അവളാകെ തകർന്ന് പഴയ രൂപത്തിന്റെ ഒരു നിഴൽ മാത്രമായി മാറിയിരിക്കയാണ്. ഹേൾസ്റ്റണിൽ നടക്കുന്ന ആദ്യ നാടകമിതാണ്. അടുത്ത നാടകം നടന്നതോടെ ഞങ്ങളെല്ലാം ഇത് മറന്നു. അത് അയാൾക്ക് അപകീർത്തി ഉണ്ടാക്കി. ജോലിയിൽ നിന്ന് പിരിച്ചുവിടുകയും ചെയ്തു.

എങ്ങനെയിത് സംഭവിച്ചു. ഞാൻ പറഞ്ഞല്ലോ അയാൾ ബുദ്ധിമാനാണെന്ന്. അതിബുദ്ധിയാണയാളുടെ നാശത്തിന് കാരണം. അയാളുമായി യാതൊരു ബന്ധവുമില്ലാത്ത കാര്യങ്ങളിൽ ഒരുപാട് ജിജ്ഞാസയുണ്ടായി. ഞാനിത് കണ്ടെത്തിയതോ തികച്ചും അപ്രതീക്ഷിതമായി.

കഴിഞ്ഞ വ്യാഴാഴ്ച രാത്രി കിടക്കയിൽ തിരിഞ്ഞും മറിഞ്ഞും കളിച്ചെന്നല്ലാതെ ഒരു പോള കണ്ണടയ്ക്കാൻ കഴിഞ്ഞില്ല. രണ്ടു മണി വരെ ഉരുണ്ടുകളിച്ചു. ഏതായാലും ഉറക്കമില്ലല്ലോ, അതുകൊണ്ട് വായിച്ച നോവൽ തീർക്കാമെന്ന് കരുതി. പക്ഷേ ബുക്ക് ബില്ല്യാഡ് മുറിയിലായിരുന്നു. മേലങ്കിയെടുത്തിട്ട് ഒരു മെഴുകുതിരി കത്തിച്ച് ബുക്ക് എടുക്കാനിറങ്ങി. ആ മുറിയിലെത്താൻ ഒരു ഏണിപ്പടി ഇറങ്ങി ലൈബ്രറി കുറുകെ കടക്കണമായിരുന്നു. ഈ ഇടനാഴിയിൽ നിന്ന് വെറുതെ താഴേക്ക് നോക്കി. തുറന്ന ലൈബ്രറിയുടെ വാതിലിലൂടെ വെളിച്ചം കടന്നു വരുന്നു. ഉടനെ ഞാൻ എന്റെ കയ്യിലുള്ള മെഴുകുതിരി കെടുത്തി എന്റെ മുറിയിൽ കയറി വാതിലടച്ചു. ഏതോ കവർച്ചക്കാരനായിരിക്കുമെന്നാണ് ഞാൻ കരുതിയത്. ഒരു മഴു കയ്യിൽ പിടിച്ച് ശ്വാസമടക്കി ഞാൻ അതേ സ്ഥാനത്ത് തിരിച്ചെത്തി. ലൈബ്രറിയുടെ വാതിലിനടത്ത് നിശ്ശബ്ദനായി നിന്നു.

ലൈബ്രറിയിൽ എന്റെ വീട്ടുസൂക്ഷിപ്പുകാരനായ ബ്രൺടൺ ആയിരുന്നു. സാധാരണപോലെ വസ്ത്രം ധരിച്ച് ഒരു കസേരയിലിരുന്ന്, മടിയിൽ എന്തോ പേപ്പർ കിടക്കുന്നുണ്ട്, കയ്യിലെ മാപ്പിൽ നോക്കിയിരിക്കയാണ്. അയാൾ ചിന്തയിൽ മുഴുകിയിരിക്കയാണ്. ഇരുട്ടിൽ ഞാൻ മൂകനായി അത്ഭുത പരതന്ത്രനായി അവിടെ നിന്നു. ചെറിയ ഒരു മെഴുകുതിരി മേശമേൽ കത്തിച്ചു വെച്ചിരുന്നു. അങ്ങനെ നോക്കിയിരിക്കെ ബ്രൺടൺ പെട്ടെന്ന് എഴുന്നേൽക്കുകയും അടുത്തുള്ള ഒരു അലമാരി യുടെ അടുത്തുപോയി തുറന്ന് ഒരു പേപ്പർ എടുത്ത് തിരിച്ച് അതേ സ്ഥാനത്ത് വന്നിരുന്നു. മെഴുകുതിരിയുടെ അടുത്ത് പിടിച്ച് അയാൾ ആ പേപ്പർ വായിക്കാൻ തുടങ്ങി.

എന്റെ കുടുംബ രേഖകൾ ഇയാളെന്തിനു വായിക്കുന്നു എന്ന അത്ഭുതത്തോടെ ഞാൻ മുന്നോട്ടു നടന്നു. അയാൾ തല ഉയർത്തി എന്നെ ക്കണ്ടു. പേടിച്ചരണ്ട അയാൾ ചാടി എഴുന്നേറ്റു. ഭൂപടം പോലെ തോന്നിയ പേപ്പർ കീശയിൽ തിരുകി.

'നിങ്ങളെ ഞങ്ങൾ വിശ്വസിച്ചതിന് പകരം തന്നതാണിത് അല്ലേ, നാളെത്തന്നെ എന്റെ വീട്ടിൽ നിന്ന് നിങ്ങൾക്ക് പോകാം.'

ആകെ തകർന്നവനെപ്പോലെ അയാൾ എന്നെ വണങ്ങി. ഒന്നും പറയാതെ വേഗം നടന്നു നീങ്ങി. എന്റെ ശ്രദ്ധ അയാളെടുത്ത പേപ്പറുകളിലായിരുന്നു. അത്ഭുതമെന്നു പറയട്ടെ അത് പഴയ ഏതോ ആചാരത്തെപ്പറ്റിയായിരുന്നു. കുറെ ചോദ്യോത്തരങ്ങൾ, മസ്ഗ്രേവിലെ അനുഷ്ഠാനം.

ഇത്രയും പറഞ്ഞപ്പോൾ ഞാൻ ഇടയിൽ കയറി ചോദിച്ചു. "എന്താണ്, ഈ മസ്ഗ്രേവിലെ അനുഷ്ഠാനം."

റജിനാൾഡ് മസ്ഗ്രേവ് മറുപടി പറഞ്ഞു. "ഇത് ഞങ്ങളുടെ തറവാട്ടിലെ ഒരു തരത്തിലുള്ള ചടങ്ങാണ്. ഓരോ പുതിയ വ്യക്തികൾ ഉത്തരവാദിത്വം ഏറ്റെടുക്കുമ്പോഴും ഇത് നടത്തണം. നൂറ്റാണ്ടുകളായുള്ള പതിവാണിത്. ഇത് ചരിത്രകാരന്മാർക്ക് താൽപ്പര്യമുള്ളതായിരിക്കും. പക്ഷേ പ്രായോഗികമായി യാതൊരു ഉപകാരവുമില്ല. ഞാൻ എന്റെ കഥയിലേക്ക് തന്നെ തിരിച്ചുവരട്ടെ. ആ അലമാര ഭദ്രമായി പൂട്ടി പുറത്തിറങ്ങാൻ തിരിയുമ്പോൾ എന്നെ അത്ഭുതപ്പെടുത്തിക്കൊണ്ട് അയാൾ തിരിച്ചു വന്ന് വാതിൽക്കൽ നിൽക്കുന്നു.

ഒരു പരുക്കൻ ശബ്ദത്തിൽ അയാൾ പറഞ്ഞു തുടങ്ങി. 'മിസ്റ്റർ മസ്ഗ്രേവ്, അപമാനം എനിക്ക് സഹിക്കാനാവില്ല. ഞാനെന്നും അഭിമാനിയായിരുന്നു. അപമാനം എന്നെ കൊല്ലും. നിങ്ങൾ എന്നെ നിരാശനാക്കിയാൽ എന്റെ മരണത്തിന് നിങ്ങൾ കാരണക്കാരനായിരിക്കും. നിങ്ങൾക്കെന്നെ പിരിച്ചു വിടണമെന്നുണ്ടെങ്കിൽ ഇത്രപെട്ടെന്ന് ചെയ്യരുത്. ആദ്യം ഒരു നോട്ടീസ് തന്ന് ഒരു മാസം സമയം അനുവദിക്കണം. ദൈവത്തെയോർത്ത് അനുവദിക്കുക. എനിക്കറിയാവുന്നവരുടെ മുന്നിൽ വെച്ചുള്ള പിഴുതെറിയൽ എനിക്ക് സഹിക്കാനാവില്ല.'

'നിങ്ങൾ ഇത്തരത്തിലുള്ള ഒരു പരിഗണനയ്ക്കും അർഹനല്ല. ബ്രൺടൺ നിങ്ങളാണ് നാണംകെട്ട പണി എടുത്തത്. വളരെക്കാലം ഇവിടെ ജോലി നോക്കിയ ആൾ എന്ന പരിഗണന വെച്ച് ഏതായാലും പൊതുവേദിയിൽ വെച്ച് അപമാനിക്കില്ല. ഏതായാലും ഒരു മാസം വളരെ നീണ്ടുപോയി. ഒരാഴ്ചയ്ക്കുള്ളിൽ ഇവിടെനിന്ന് പോകണം. നിങ്ങൾക്ക് ഇഷ്ടമുള്ള കാരണം അതിനായി ബോധിപ്പിക്കാം.'

'വെറും ഒരാഴ്ചയോ? സർ, ഒരു രണ്ടാഴ്ച, ദയവുചെയ്ത് രണ്ടാഴ്ചയെങ്കിലും തരണം.'

'ഒരാഴ്ച, അത് അവസാന വാക്കാണ്.' ഞാൻ ഉറച്ച ശബ്ദത്തിൽ പറഞ്ഞു.

അയാൾ മുഖം താഴ്ത്തി, തകർന്നവനെപ്പോലെ നടന്നു നീങ്ങി.

വിളക്ക് കെടുത്തി ഞാനെന്റെ മുറിയിലേക്ക് പോന്നു.

ഈ സംഭവം കഴിഞ്ഞ് രണ്ട് ദിവസം തന്റെ പ്രവൃത്തികൾ അതീവ ശുഷ്കാന്തിയോടെ ചെയ്തു തുടങ്ങി. നടന്നതിനെപ്പറ്റി ഞാനാരോടും ഒന്നും പറഞ്ഞില്ല. അയാളെങ്ങനെ ഈ അപമാനം കൈകാര്യം ചെയ്യുന്നു എന്നറിയാൻ ഞാൻ ജിജ്ഞാസുവായിരുന്നു. എന്നാൽ മൂന്നാമത്തെ ദിവസം പ്രാതലിന് ശേഷം അയാൾ എന്റടുത്ത് വന്നില്ല. സാധാരണ ആ ദിവസം ചെയ്യേണ്ട ജോലികളുടെ നിർദേശം അപ്പോഴാണ് വാങ്ങുന്നത്. ഞാനവിടുന്ന് എഴുന്നേറ്റു വരുമ്പോൾ റേച്ചൽ ഹവൽസിനെ കണ്ടു. ഞാൻ പറഞ്ഞില്ലേ, അയാൾ വിവാഹം കഴിക്കാൻ തയാറായവൾ അസുഖം പൂർണമായി മാറിയിരുന്നില്ല. അവൾ ആകെ വിളറി വെളുത്തിരുന്നു. ആ രൂപം കണ്ട് ഞാനവളെ ശകാരിച്ചു. 'നീ പോയി വിശ്രമിക്കൂ. രോഗം പൂർണമായി മാറിയിട്ട് വന്നാൽ മതി ഇവിടെ.'

അവൾ സംശയത്തോടെ എന്നെ നോക്കി. അവളുടെ അസുഖം തലച്ചോറിനെ ബാധിച്ചായി ഞാൻ കരുതുന്നതായി തോന്നിയിട്ടാകാം അവൾ പറഞ്ഞു. 'സർ എനിക്ക് വേണ്ടത്ര ശേഷിയായി.'

'നമ്മൾ തർക്കിക്കേണ്ട. ഡോക്ടറുടെ ഉപദേശം തേടാം. നീയേതായാലും ഇപ്പോൾ പോയി വിശ്രമിക്കുക. നീ താഴെ പോകുമ്പോൾ ബ്രൺടണിനോട് എന്റടുത്ത് വരാൻ പറയുക.'

'സൂക്ഷിപ്പുകാരൻ പോയി.' അവൾ പറഞ്ഞു.

'പോയോ? പോയോ എവിടെ?'

'അയാൾ പോയി. ആരും കണ്ടിട്ടില്ല. അയാൾ മുറിയിലില്ല. അയാൾ പോയി, ഓ... അയാൾ പോയി.' ഒരു ഭ്രാന്തിയെപ്പോലെ ചിരിച്ച് ചുമരിലിടിച്ച് താഴെ വീണു.

അവളുടെ അസാധാരണമായ സ്വഭാവം കണ്ട് ഞാൻ സഹായത്തിനായി മറ്റുള്ളവരെ വിളിച്ചു. അവർ അവളെയും എടുത്തു പോയി. അവൾ നിലവിളിക്കുകയും തേങ്ങുകയും ചെയ്യുന്നുണ്ടായിരുന്നു. ഇതിനിടയിൽ ഞാൻ ബ്രൺടണിനെപ്പറ്റി അന്വേഷണം നടത്തി. അയാൾ അപ്രത്യക്ഷനായി എന്നതിൽ യാതൊരു സംശയവുമില്ല. കഴിഞ്ഞ രാത്രി ഉറങ്ങാൻ പോയതിനുശേഷം ആരും അയാളെ കണ്ടിട്ടില്ല. എങ്ങനെ, എപ്പോൾ പോയി എന്നതിന് യാതൊരു രൂപവുമില്ല. രാവിലെ വീടിന്റെ ജനലുകളും വാതിലുകളും എല്ലാം ഉള്ളിൽ നിന്നും അടച്ചിരുന്നു. അയാളുടെ വസ്ത്രം, വാച്ച്, പൈസ വരെ അയാളുടെ മുറിയിൽ തന്നെയുണ്ട്. പക്ഷേ സ്ഥിരം ധരിക്കാറുള്ള കറുത്ത കോട്ട് കാണാനില്ല. ഷൂ റൂമിൽ തന്നെയുണ്ട്. വീട്ടിൽ ധരിക്കുന്നത് കാണാനില്ല. അപ്പോൾ രാത്രി അയാൾ എവിടെ പോയിരിക്കും. ഇപ്പോൾ അയാളുടെ സ്ഥിതി എന്തായിരിക്കും.

തീർച്ചയായും വീട് മുഴുവൻ ഞങ്ങൾ അരിച്ച് പെറുക്കി പരിശോധിച്ചു. അവന്റെ പൊടി പോലും കണ്ടു കിട്ടിയില്ല. അതൊരു പഴയ വലിയ വീടായിരുന്നു. എത്ര തേടിയാലും തട്ടിൻ പുറങ്ങളും മറ്റും ബാക്കിയായിരിക്കും. അയാളുടെ എല്ലാം ഇവിടെ വിട്ട് പോകുമോ? വിശ്വസിക്കാൻ കഴിയുന്നില്ല.

പൊലീസിനെ വിളിച്ച് അന്വേഷിച്ചു ഫലമുണ്ടായില്ല. തലേദിവസം രാത്രിമഴ പെയ്തിരുന്നു. അയാളുടെ കാൽപ്പാടുകൾ പുൽമേടിലും മറ്റും തേടി. എല്ലാം വിഫലം. ഇങ്ങനെയെല്ലാമാണെങ്കിലും കാര്യങ്ങൾ മറ്റൊരു വഴിക്ക് ചുരുളഴിയാൻ തുടങ്ങി.

റേച്ചൽ ഹേമലിനെ നോക്കാൻ ഒരു നേഴ്സിനെ നിർത്തിയിരുന്നു. ബ്രൺടണെ കാണാതായിട്ട് മൂന്നാമത്തെ ദിവസം റേച്ചൽ നന്നായുറങ്ങി. നേഴ്സും ഉറങ്ങി. രാവിലെ നേഴ്സ് ഉണർന്നപ്പോൾ റേച്ചലും അപ്രത്യക്ഷമായിരിക്കുന്നു.

രണ്ട് വേലക്കാരെയും വിളിച്ച് ഞാൻ തെരച്ചിൽ നടത്തി. ജനലിനടുത്തുനിന്ന് തുടങ്ങിയ കാൽപ്പാട് അടുത്തൊരു തടാകക്കരയിൽ പോയി നിന്നു. തടാകത്തിലും തെരഞ്ഞു. എട്ടടി ആഴമുണ്ടായിരുന്നു അതിന്. തെരച്ചിലിനവസാനം അവളുടെതായ ഒന്നും കിട്ടിയില്ല. പകരം ഒരു ലിനൻ

ബാഗ് നിറയെ തുരുമ്പിച്ച ലോഹക്കഷണങ്ങൾ. കുമ്മായച്ചില്ലുകൾ വെള്ളാരം കല്ലുകൾ. ഇന്നലെ വരെ തെരഞ്ഞതും. രണ്ടുപേരുടെയും ഒരു വിവരവുമില്ല. പൊലീസ് അവരുടെ വഴിക്ക് അന്വേഷിച്ചു. യാതൊരു ഫലവുമില്ല. അങ്ങനെ എന്റെ അവസാനത്തെ ആശാ കേന്ദ്രമാണ് നീ."

അയാളുടെ അപരിചിതമായ കഥ ഞാൻ ശ്രദ്ധിച്ചുകേട്ടു. സൂക്ഷിപ്പു കാരൻ പോയി, വേലക്കാരി പോയി. വേലക്കാരി ഈ കലവറക്കാരനെ ഇഷ്ടപ്പെട്ടിരുന്നു. പിന്നീട് ചില കാരണങ്ങളാൽ വെറുത്തിരുന്നു. പെട്ടെന്ന് ചൂടാകുന്ന പ്രകൃതക്കാരിയായിരുന്നു അവൾ. അയാളെ കാണാതാ യപ്പോൾ അവൾ ഭീകരമായി പ്രതികരിച്ചു. പിന്നീട് ഒരു ബാഗുമായി കായ ലിൽ ചാടി. ഇതെല്ലാം കാര്യമായി കണക്കിലെടുക്കേണ്ട കാര്യങ്ങളാണ്. പക്ഷേ ആർക്കും ഒരെത്തും പിടിയും കിട്ടിയിട്ടില്ല. ഈ ഒന്നിനു പിറകെ ഒന്നായി സംഭവിച്ചതിന്റെ തുടക്കമെവിടെയാണ്. അതാണ് ഈ കെട്ടു പിണഞ്ഞ വരിയുടെ അവസാനം.

"മസ്ഗ്രേവ് എനിക്ക് ബ്രൺടൺ വായിച്ച ആ രേഖ ഒന്നു കാണണം. കാരണം കലവറക്കാരന്റെ ജോലി നഷ്ടപ്പെടുത്തിയത് ആ പേപ്പറു കളല്ലേ."

അയാൾ പറഞ്ഞു. "അതൊരു വിഡ്ഢിത്തം നിറഞ്ഞ ഒന്നാണ്. ആ ആചാരം പക്ഷേ വളരെ പഴക്കമുള്ള ഒരു ചടങ്ങാണ്. ആ ചോദ്യോത്തര ങ്ങളുടെ പകർപ്പ് എന്റെ കയ്യിലുണ്ട്, വായിക്കണമെന്നുണ്ടെങ്കിൽ ഇതാ" എന്നു പറഞ്ഞ് ആ കടലാസുകൾ എന്റെ നേരെ നീട്ടി. ആ നീട്ടിയ കടലാ സുകളാണിവ. വാട്സൺ ഇതൊരു അപരിചിതമായ ചോദ്യോത്തരി യാണ്. ഇത് ഓരോ മസ്ഗ്രേവും മുതിർന്നാൽ നടത്തേണ്ട ചടങ്ങാണ്. ഞാനീ ചോദ്യങ്ങളും ഉത്തരങ്ങളും വായിക്കാം.

ഇതാരുടേതാണ്?
പോയവനാരോ അവന്റേത്.
ഇത് ആർക്ക് കിട്ടും?
ആര് വരുന്നു അവന്.
സൂര്യനെവിടെയാണ്?
ഓക്ക് മരത്തിനപ്പുറം.
നിഴലെവിടെയാണ്?
എങ്ങനെയാണിതിന്റെ പടവുകൾ?

വടക്ക് പത്തേ പത്ത്, കിഴക്ക് അഞ്ചേ അഞ്ച്, തെക്ക് രണ്ടേ രണ്ട്, പടിഞ്ഞാറ് ഒന്നേ ഒന്ന്. അളവ് അടിയിൽ

നമ്മളതിന് എന്തുകൊടുക്കണം
നമ്മുടേതെല്ലാം.
എന്തിനാണ് കൊടുക്കുന്നത്
വിശ്വാസത്തിനുവേണ്ടി."

മസ്ഗ്രേവ് പറഞ്ഞു "അസ്സലിന് തീയ്യതിയിൽ 7-ാം നൂറ്റാണ്ടിന്റെ പകുതിയിലാണിതെന്ന് തോന്നുന്നു. പക്ഷേ ഇത് നിഗൂഢത കണ്ടെ ത്താൻ സഹായിക്കുമെന്ന് എനിക്ക് തോന്നുന്നില്ല."

"ഇത് മറ്റൊരു നിഗൂഢതയാണ്. ആദ്യത്തേതിലും രസകരമായത്. ഒന്നിന്റെ പരിഹാരം മറ്റേതിന്റെ പരിഹാരമായി മാറിയേക്കാം. ഞാനാദ്യം മാപ്പുചോദിക്കട്ടെ. നിങ്ങളുടെ മുൻഗാമികളെക്കാൾ എത്രയോ കൂർമബുദ്ധിയുള്ള ആളാണ് ആ കലവറക്കാരൻ. തന്റെ യജമാനൻമാരേക്കാൾ ഉൾവിളിയുള്ളവൻ."

"എനിക്ക് ഒട്ടും വിശ്വസിക്കാൻ കഴിയില്ല." മസ്ഗ്രേവ് പറഞ്ഞു: "ഈ കടലാസ് അപ്രധാനമാണെന്നാണ് എനിക്ക് തോന്നുന്നത്."

"പക്ഷേ എനിക്ക് ഇതു മർമ പ്രധാനമായി തോന്നുന്നു. ബ്രൺടണും അങ്ങനെ തന്നെയാണെടുത്തത് എന്നു തോന്നുന്നു. നിങ്ങൾ പിടിച്ച രാത്രിക്ക് മുമ്പ് തന്നെ മിക്കവാറും അയാളീ പേപ്പർ കണ്ടിട്ടുണ്ടാകും. അതിന് സാധ്യതകളേറെ. കാരണം നിങ്ങൾ ഒരിക്കലും ഇത് ഒളിപ്പിക്കാൻ ശ്രമിച്ചിട്ടില്ല. ഞാൻ കരുതുന്നത് അന്നത്തേത്ത് ഒരു ഓർമ പുതുക്കൽ മാത്രം. അയാളുടെ കയ്യിൽ ഒരു ഭൂപടം ഉണ്ടായിരുന്നെന്ന് നിങ്ങൾ പറഞ്ഞില്ലേ. അത് പോകുമ്പോൾ കീശയിൽ തിരുകുകയും ചെയ്തു. അല്ലേ?"

"ശരിയാണത്. പക്ഷേ ഞങ്ങളുടെ കുടുംബ ചടങ്ങ് അയാൾക്ക് എന്തു ഗുണം നൽകും. ഇതിന്റെ ഒക്കെ അർഥമെന്താണ്?"

"നമുക്ക് പെട്ടെന്ന് തന്നെ കണ്ടെത്താൻ കഴിയുമെന്ന് കരുതാം. ഞാൻ നിന്റെ കൂടെ സസക്സിലേക്ക് വരാം. ഇത് പെട്ടെന്ന് അന്വേഷിക്കാൻ പോകണം."

അതേദിവസം തന്നെ ഞങ്ങൾ ഹേൾസ്റ്റോണിൽ എത്തി. പഴയ മസ്ഗ്രേവ് തറവാട് ഇംഗ്ലീഷ് അക്ഷരം എൽ (L)പോലെയായിരുന്നു. വളരെ വളരെ പഴക്കമുള്ള ഒരു ബംഗ്ലാവ്. മുന്നിൽ ഉഗ്രൻ ഉദ്യാനം. കുറച്ചുമാറി ഒരു തടാകം.

"വാട്സൺ, എനിക്കാദ്യമേ തോന്നിയ മൂന്ന് നിഗൂഢതകൾ ഈ കേസിലുണ്ട്. മസ്ഗ്രേവ് അനുഷ്ഠാനം ശരിക്ക് ഒന്ന് വായിച്ച് കലവറക്കാരനായ ബ്രൺട്ടണെപ്പറ്റിയും വേലക്കാരി ഹവൽസിനെ പ്പറ്റിയുള്ള സത്യം മനസിലാക്കാനായി എന്റെ പൂർണ ശ്രദ്ധ തിരിച്ചു. ഈ വേലക്കാരൻ എന്തിനിതിലെ വാക്കുകൾ സ്വായത്തമാക്കി. അത് വ്യക്തമാണ്. അയാൾ ഇതിലെന്തോ കണ്ടിട്ടുണ്ട്. മസ്ഗ്രേവ് പരമ്പര നൂറ്റാണ്ടുകളായി കണ്ടെത്താത്ത ഒന്ന്. അദ്ദേഹത്തിന് വ്യക്തിപരമായ നേട്ടമുള്ള ഒന്ന്. അതെന്താണ്? അയാളുടെ വിധിയുമായി ഇതെങ്ങനെ ബന്ധപ്പെട്ടിരിക്കുന്നു.

ഞാൻ ആ അനുഷ്ഠാനം വായിച്ചപ്പോൾ ഏതോ ഒരു സ്ഥലത്തെപ്പറ്റിയുള്ള അളവുകളാണ് കൊടുത്തതെന്ന് വ്യക്തമായിരുന്നു. ആ സ്ഥലം കണ്ടെത്തിയാൽ എല്ലാ നിഗൂഢതകളും പുറത്തുവരും. തുടക്കത്തിൽ രണ്ടു സൂചനകൾ തന്നിട്ടുണ്ട് ഒരു ഓക്ക് മരവും ഒരു വള്ളിപ്പടർപ്പും. ഓക്ക് മരത്തെപ്പറ്റി ഒരു പ്രശ്നവുമില്ല. വീടിന്റെ മുൻവശത്ത് ഇടതുവശത്ത് വലിയ ഒരു ഓക്കുമരമുണ്ട്. ഈ അനുഷ്ഠാനം എഴുതുമ്പോൾ ഈ മരം ഇവിടെ ഉണ്ടായിരിക്കണമെന്ന് ഞാൻ മസ്ഗ്രേവിനോട് പറഞ്ഞു

അതിലും പഴയതായിരിക്കാം. കാരണം അതിന്റെ വണ്ണം 23 അടിയിലധികം വരും.

“ഈ വീട്ടിലെവിടെയെങ്കിലും വള്ളിച്ചെടികളുള്ള ഒരു മരം ഉണ്ടായിരുന്നോ” ഞാൻ ചോദിച്ചു.

“അതാ അവിടെ മൂലയിലായി ഒന്നുണ്ടായിരുന്നു.”

“പത്ത് വർഷം മുൻപ് ഇടിമിന്നലേറ്റ് നശിച്ചു. പിന്നെ അതിന്റെ കുറ്റി ഞങ്ങൾ നശിപ്പിച്ചു.”

“ആ സ്ഥലം അടുത്തു പോയി നമുക്കൊന്ന് കാണാം.”

“ഓ. ശരി”

“വേറെ അത്തരത്തിലുള്ളത് വെറെ എവിടെയും ഇല്ലല്ലോ?”

“ഇല്ല ബീച്ചിന്റെ മരം ഉണ്ട്.”

“അതും എനിക്കൊന്ന് കാണണം.”

വീട്ടിനകത്ത് കയറാതെ മസ്ഗ്രേവ് എന്നെ പുൽമേടിലേക്ക് കൊണ്ടുപോയി. ആ വള്ളിച്ചെടിയുള്ള മരം ഉണ്ടായിരുന്ന സ്ഥലം കാണിച്ചു തന്നു. ഓക്ക് മരത്തിന്റെയും വീട്ടിന്റെയും ഇടയിലായിട്ടാണ് ഈ സ്ഥലം. എന്റെ അന്വേഷണം പുരോഗമിക്കുകയായിരുന്നു.

“ഈ മരം ഏകദേശം എത്ര ഉയരത്തിലായിരുന്നെന്നറിയാമോ?”

“അതു ഞാൻ പറഞ്ഞു തരാം – 64 അടി ഉയരം.” അയാൾ മറുപടി പറഞ്ഞു.

അത്ഭുതത്തോടെ ഞാൻ ചോദിച്ചു, “നിങ്ങൾക്കെങ്ങനെ അറിയാമിത്?

ചിരിച്ചുകൊണ്ട് അവൻ എന്നോട് മറുപടി പറഞ്ഞു, “എന്റെ കണക്കിന്റെ ട്യൂഷൻ മാസ്റ്റർ ഓരോന്നിന്റെയും ഉയരം കണക്കാക്കുന്നത് പഠിപ്പിച്ചു തന്നിരുന്നു. ഈ തോട്ടത്തിലെ എല്ലാ മരങ്ങളിലും ഈ കണക്ക് ഞാൻ പരീക്ഷിച്ചിരുന്നു. കുട്ടിയായിരുന്ന ഞാൻ മരങ്ങൾ മാത്രമല്ല ഈ എസ്റ്റേറ്റിലെ ഓരോ കെട്ടിടത്തിന്റെയും ഉയരം കണക്കാക്കുന്നത് എനിക്ക് വളരെ രസമായിരുന്നു.”

“ഇത് ശരിക്കും പ്രതീക്ഷിക്കാത്ത ഒരു ഭാഗ്യമാണ്. എന്റെ കണക്കുകൾ ഞാൻ പ്രതീക്ഷിക്കുന്നതിലും വേഗം ശരിയാകുന്നുണ്ട്.

പറയൂ, നിങ്ങളുടെ കലവറക്കാരൻ എപ്പോഴെങ്കിലും ഈ ചോദ്യം ചോദിച്ചിരുന്നോ,” ഞാൻ ചോദിച്ചു.

അത്ഭുതത്തോടെ റജിനാൾഡ് എന്നെ നോക്കി പറഞ്ഞു, “നിങ്ങളാണെന്നെ ഇപ്പോഴത് ഓർമിപ്പിച്ചത്, കലവറക്കാരൻ എന്നോട് മരത്തിന്റെ ഉയരം ചോദിച്ചിരുന്നു. കുറച്ച് മാസങ്ങൾക്ക് മുമ്പാണ്. മറ്റൊരു വേലക്കാരനുമായുള്ള പന്തയത്തിന്റെ ഭാഗമാണെന്ന് പറഞ്ഞു.

“ഇത് ഒരു ഉഗ്രൻ വാർത്തയാണ്. വാട്സൺ, ഇത് കാണിക്കുന്നത് എന്റെ അന്വേഷണം നേർവഴിക്കാണ് പോകുന്നത്. ഞാൻ സൂര്യനെ നോക്കി. അത് ആകാശത്തിൽ വളരെ താഴെയാണുള്ളത്. കുറച്ചു കഴിഞ്ഞാൽ അത് ഓക്ക് മരത്തിന്റെ ഏറ്റവും മുകളിലെ ചില്ലയുടെ മുകളിൽ വരും എന്ന് ഞാൻ കണക്ക് കൂട്ടി. ഏകദേശം ഒരു മണിക്കൂർ സമയം

എടുക്കും. ആ അനുഷ്ഠാനത്തിൽ പറഞ്ഞ ഒരു കാര്യം ശരിയായി. ഇനി ആ നിഴലിന്റെ കാര്യം. സൂര്യൻ മരത്തിന്റെ മേലെ എത്തുമ്പോൾ നിഴലെവിടെ എത്തുമെന്ന് കണ്ടെത്തണം. അല്ലെങ്കിൽ മരത്തിന്റെ നിഴലാണെങ്കിൽ അതും എവിടെ എത്തുമെന്നറിയണം."

"അത് ബുദ്ധിമുട്ടാണ്. ആ വള്ളിച്ചെടി അവിടെ ഇല്ലല്ലോ," ശരി. ഏതായാലും ബ്രൺട്ടൺ ചെയ്തിട്ടുണ്ടാകുമല്ലേ. അതുകൊണ്ട് എനിക്കും കഴിയും. കൂടാതെ ശരിക്കും ഒരു ബുദ്ധിമുട്ടുമില്ല."

ഞാൻ വള്ളിച്ചെടിയുടെ ഉയരത്തിനനുസരിച്ച് ഒരു നാടകൊണ്ട് മീൻ പിടിക്കുന്ന ചൂണ്ട ഉപയോഗിച്ച് ചെടിയുടെ സ്ഥാനം നിർണയിച്ച് നിഴലെടുക്കാൻ തയാറായി. ഒൻപത് അടി ആയിരുന്നു അളവ്.

തീർച്ചയായും, ഈ കണക്ക് കൂട്ടൽ എളുപ്പം തന്നെ. ഒരുവടിക്ക് ആറടി നീളം. അതിന്റെ നിഴലിന് ഒൻപത് അടിയും. അപ്പോൾ 64 അടി നീളത്തിന്റെ നിഴൽ 96 അടി ആയിരിക്കും. ഞാൻ ദൂരം അളന്നു. ഏകദേശം വീട്ടിന്റെ ചുമരിനടുത്തുവരെ എത്തി. അവിടെ ഒരു കുറ്റിയടിച്ചു. ഒരു 'കോണിക്കൽ' രൂപത്തിലുള്ള നിഴൽ. ഇതായിരിക്കും ബ്രൺടണിന്റെ അളവിലുള്ളത്. ഏതായാലും ഞാൻ അയാൾ പോയ വഴിയെ തന്നെയാണ് പോകുന്നത്.

കുറ്റിയടിച്ചിടത്ത് നിന്ന് തുടങ്ങി എന്റെ 'കോംപാസ്' വെച്ച് ഞാൻ അളന്നു. ഓരോ പത്തടി കഴിയുമ്പോഴും ചുമരുമായി സമാന്തരമായി വരുന്നു. അവിടെയും ഒരു കുറ്റിയടിച്ചു. കിഴക്കും പടിഞ്ഞാറും അഞ്ചടി വെച്ച് അളന്ന് വീണ്ടും കുറ്റിയടിച്ചു. അത് നേരെ പഴയ വാതിലിന്റെ മുന്നിലാണെത്തിച്ചത്. പടിഞ്ഞാറേക്ക് രണ്ടടി ഉദ്ദേശിച്ചത് ചതുരക്കല്ലുകൾ പാകിയ വഴിയാണ്. ഇവിടെയായിരിക്കും ആ ചടങ്ങ് നടത്താറ്.

ഞാനാകെ നിരാശനായി. എന്റെ കണക്ക് കൂട്ടലിൽ ഭീകരമായ തെറ്റ് സംഭവിച്ചുവോ എന്ന് തോന്നി. അസ്തമന സൂര്യന്റെ രശ്മികൾ ആ തറയിൽ പതിച്ചിരിക്കുന്നു. ഓരോ കല്ലും സിമന്റ് വെച്ച് ഉറപ്പിച്ചതായി കണ്ടു. ബ്രൺടൺ കല്ലുകൾ ഇളക്കിയതായി തെളിവൊന്നും കണ്ടില്ല. ഞാൻ തട്ടിനോക്കി. എവിടെയും പൊള്ളയായ ശബ്ദം വന്നില്ല.

ഭാഗ്യത്തിന് എന്റെ പ്രവൃത്തികൾ മനസിലാക്കി അവനും ആവേശം കൊണ്ട് സ്വയം കണ്ടെത്താൻ ശ്രമിക്കുകയായിരുന്നു. അവൻ ഉറക്കെ പറഞ്ഞു. "അടിയിൽ' നിങ്ങൾ 'അടിയിൽ' എന്ന വാക്ക് വിട്ടു കളഞ്ഞു."

"ആദ്യം എനിക്ക് തോന്നി അവിടെ കുഴിക്കണമെന്ന്. പെട്ടെന്ന് എനിക്ക് തന്നെ തോന്നി അത് തെറ്റാണെന്ന്. "ഇതിനടിയിൽ വല്ല അറകളുമുണ്ടോ?" എന്ന് ഞാൻ അവനോട് ചോദിച്ചു. "അതെ വളരെ പഴയതാണ്. ഈ വീടിന്റെ പഴക്കമുണ്ടാകും. ഇതാ ഈ വാതിലിലൂടെ താഴെ." എന്ന് അവൻ മറുപടി പറഞ്ഞു. ഞങ്ങൾ വളഞ്ഞ കോണിപ്പടി യിലൂടെ താഴേക്കിറങ്ങി. മസ്ഗ്രേവ് ഒരു റാന്തൽ കത്തിച്ചു. മുറി വ്യക്തമായി. അങ്ങനെ അവസാനം ശരിയായ സ്ഥലത്തെത്തി. വളരെക്കാലമായി അവിടെയാരും പ്രവേശിച്ചിട്ടില്ല.

ഈ മുറി മരങ്ങളൊക്കെ സൂക്ഷിക്കാനുപയോഗിക്കുന്നതാണ്. പഴയ കുറെ സാധനങ്ങൾ അവിടവിടെ ഉപേക്ഷിച്ചിരിക്കുന്നുണ്ടായിരുന്നു. ഒരു ചതുരക്കല്ലിൽ ഇരുമ്പിന്റെ പിടിയും ആ പിടിയിൽ ഒരു മഫ്ളറും കെട്ടി വെച്ചിരിക്കുന്നു.

മസ്ഗ്രേവ് അത്ഭുതത്തോടെ പറഞ്ഞു, "ദൈവമേ, അത് ബ്രൺടണിന്റെ മഫ്ളറാണ് അയാളിത് ചുറ്റി നടക്കുന്നത് ഞാൻ കണ്ടിട്ടുണ്ട്. അയാൾക്ക് ഇതിലെന്ത് കാര്യം."

എന്റെ നിർദേശമനുസരിച്ച് മസ്ഗ്രേവ് പൊലീസിനെ വരുത്തി. അവരുടെ സാന്നിധ്യത്തിൽ ഞാൻ കല്ല് വലിച്ച് തുറക്കാൻ ശ്രമിച്ചു. കഴിഞ്ഞില്ല. പൊലീസുകാരും ചേർന്ന് വലിച്ചു തുറന്നു. ആ കല്ല് ഒരു ഭാഗത്തേയ്ക്ക് മാറ്റിവെച്ചു. അതിനുള്ളിൽ ഒരു കറുത്ത മാളം പോലെ തോന്നി. എല്ലാവരും ഉള്ളിലേക്ക് എത്തി നോക്കി. മസ്ഗ്രേവ് റാന്തൽ കാണിച്ചു തന്നു.

ചെറിയ ഒരു മുറി. ഏഴടി ആഴമുണ്ടായിരിക്കും. അതിന്റെ ഒരു വശത്ത് വെങ്കലം കെട്ടിയ ഒരു മരപ്പെട്ടി, മേലോട്ട് വിജാഗിരി പിടിപ്പിച്ച തരത്തിൽ കണ്ടു. പൊടി പിടിച്ച് കിടക്കുകയാണ്. പെട്ടി ചിതലരിച്ച് ദ്രവിച്ചിരുന്നു. ധാരാളം ലോഹ തകിടുകളും, പഴയനാണയങ്ങളും, ഇതാ ഇവിടുള്ളത് പോലെയുള്ളത് പെട്ടിയുടെ അടിയിൽ ചിതറിയിട്ടിരുന്നു. പക്ഷേ മറ്റൊന്നും ഇല്ലായിരുന്നു.

ഇതുവരെ ഞങ്ങളുടെയെല്ലാം കണ്ണിൽ ബോക്സ് മാത്രമെ കണ്ടുള്ളൂ. പിന്നീടാണ് അതിനടുത്ത് മറ്റൊന്നു കണ്ടത്. കറുത്ത വസ്ത്രം ധരിച്ച ഒരു മനുഷ്യൻ ചമ്രംപടിഞ്ഞിരിക്കുന്നു. മുഖം പെട്ടിയുടെ ഒരു മൂലയിൽ കുത്തിയും കൈകൾ രണ്ടു വശത്തൂടെ പെട്ടിയെ പിടിച്ചും. കാണാതായ കലവറക്കാരനായിരുന്നു അത്. മരിച്ചിരുന്നു. ശരീരത്തിൽ ഒരു മുറിവുമുണ്ടായിരുന്നില്ല. അയാളെങ്ങനെ മരിച്ചു. ആ അറയിൽ നിന്നും അയാളുടെ ശരീരം മുകളിലെത്തിച്ചു. അന്വേഷിച്ചുകൊണ്ടിരുന്നതി നേക്കാളും സങ്കീർണമായ മറ്റൊരു കേസ് അഭിമുഖീകരിക്കുകയായിരുന്നു ഞങ്ങളെന്ന് മനസിലായി.

വാട്സൺ, എന്റെ അന്വേഷണത്തിൽ ഞാൻ നിരാശനായിരുന്നു. അനുഷ്ഠാന സ്ഥലം കണ്ടെത്തിയതോടെ അന്വേഷണം പൂർത്തിയായി എന്ന് കരുതിയതാണ്. എന്തിനാണിതൊക്കെ ഇത്ര രഹസ്യമായി സൂക്ഷിച്ചിരിക്കുന്നത്. ബ്രൺടണിന് എന്തു സംഭവിച്ചു എന്ന് ഞാൻ കണ്ടെത്തിയിരിക്കുന്നു. പക്ഷേ അയാളെങ്ങനെ മരിച്ചു. കാണാതായ സ്ത്രീയുടെ പങ്ക് ഇതിലെന്താണ്? ഞാൻ ഒരു മൂലയിലിരുന്നത് ചിന്തിക്കാൻ തുടങ്ങി.

വാട്സൺ, ഇത്തരം സന്ദർഭങ്ങളിൽ ഞാനെന്താണ് ചെയ്യുക എന്ന് നിങ്ങൾക്കറിയാമോ? ഞാൻ ആ മനുഷ്യന്റെ സ്ഥാനത്ത് നിൽക്കും. ഞാനാണ് ആ സ്ഥാനത്തെങ്കിൽ ആ സാഹചര്യത്തിൽ എന്തു ചെയ്യും എന്ന് ഭാവനയിൽ കാണും. ബ്രൺടൺ ബുദ്ധിമാനാണ്. എന്തോ വിലമതിക്കാനാവാത്തതാണ് ഒളിപ്പിച്ചു വെച്ചിരിക്കുന്നത് എന്നയാൾക്കറിയാം. അയാൾ സ്ഥലം കണ്ടെത്തി. മുകളിൽ വെച്ചകല്ല് മാറ്റാൻ തനിക്ക് ഒറ്റയ്ക്ക്

ആവില്ല. ഇനി എന്തു ചെയ്യും. ഒരു സഹായി വേണം പുറത്തൊരാൾ അറിഞ്ഞാൽ രഹസ്യം പൊളിയും, പിന്നെ കല്ല്യാണം കഴിക്കാൻ തീരുമാനിച്ചവളാകട്ടെ എന്ന് കരുതിയിരിക്കാം. മെല്ലെ അവളെ പറഞ്ഞ് പാട്ടിലാക്കി കൊണ്ടുപോയിരിക്കും. രണ്ടുപേർക്ക് ആ മൂടി ഉയർത്താൻ സാധ്യമല്ല. അപ്പോൾ അവർ എന്തു ചെയ്യും മെല്ലെ ഉയർത്തി ഒരു മരക്കഷണം കൊണ്ട് താങ്ങ് കൊടുത്തു. അങ്ങനെ ഒരു വിധം ഉള്ളിലേക്ക് കടക്കാനുള്ള വിടവ് കിട്ടിയപ്പോൾ ബ്രൺടൺ ഊർന്ന് ഉള്ളിലിറങ്ങിയിരിക്കും. ബ്രൺടൺ ഉള്ളിലായി പുറത്ത് അവൾ കാത്തിരുന്നു. അയാൾ പെട്ടിയിലുള്ളതു മുഴുവൻ ഒരു സഞ്ചിയിൽ വെച്ച് അവളുടെ കൈയിൽ കൊടുത്തിരുന്നു. പെട്ടെന്നവൾക്ക് പ്രതികാരദാഹം ഉയർന്നു വന്നിരിക്കാം. അയാളെ നിലവറക്കുള്ളിലാക്കി മൂടിയിട്ടു. നിലവറ അയാളുടെ ശവക്കല്ലറയായി മാറി. അല്ലെങ്കിൽ താങ്ങായി വെച്ച മരത്തടി വഴുതി വീണതായിരിക്കും.

"അവളുടെ വിളറിയ മുഖത്തിന്റെ രഹസ്യമിതായിരിക്കാം. ആ ഭ്രാന്തിയുടെ ചിരിയും ഒക്കെ. പക്ഷേ എന്തായിരുന്നു ആ പെട്ടിയിൽ? അവൾ അതെന്തു ചെയ്തു. തീർച്ചയായും പഴയ ലോഹത്തകിടുകളും വെള്ളാരം കല്ലുകളും തന്നെ പാവം എന്റെ കക്ഷി തടാകത്തിൽ നിന്ന് വലിച്ചു കൊണ്ടുവന്നത്. കുറ്റവിമുക്തയാകാൻ തന്നിലവശേഷിക്കുന്ന തൊക്കെ തടാകത്തിൽ കളഞ്ഞതായിരിക്കാം."

ഇരുപത് മിനുട്ടോളം ഞാൻ ഇളകാതെ ഇരുന്നിരിക്കാം. മസ്ഗ്രേവ് വിളറിയ മുഖത്തോടിരിക്കുന്നു. കയ്യിൽ റാന്തൽ ഇളക്കിക്കൊണ്ടിരിക്കുന്നു. "ചാൾസ് ഒന്നാമന്റെ കാലത്തുള്ള നാണയങ്ങളാണിവ" എന്ന് കുറെ നാണയങ്ങൾ കൈയ്യിൽ വെച്ച് മസ്ഗ്രേവ് പറഞ്ഞു. "ഈ അനുഷ്ഠാനം കൃത്യമായ ദിവസം തന്നെ ഞങ്ങൾ നടത്താറുണ്ട്."

"ചാൾസ് ഒന്നാമനെപ്പറ്റി കുറച്ചുകൂടെ അറിയണം." എന്നു ഞാൻ ഉറക്കെ പറഞ്ഞു. അതുപറയുമ്പോൾ അനുഷ്ഠാനവാക്യത്തിലെ ആദ്യത്തെ ഭാഗങ്ങളുടെ അർഥം എനിക്ക് വ്യക്തമായിരുന്നു. "തടാകത്തിൽ നിന്ന് പിടിച്ചെടുത്ത ബാഗ് എടുത്തുവാ."

"ഞങ്ങൾ രണ്ടും ചേർന്ന് അവന്റെ മുറിയിലേക്ക് പോയി ആ ബാഗിലെ സാധനങ്ങളെല്ലാം മുന്നിൽ നിരത്തി. കണ്ടപ്പോൾ എനിക്ക് ശരിക്കും മനസിലായി, അപ്രധാനമെന്ന് കരുതിയതെല്ലാം രത്നങ്ങളായി രുന്നു എന്ന്. എല്ലാറ്റിന്റെയും നിറം മങ്ങിപ്പോയതായിരുന്നു. ഒരു കല്ലെടുത്ത് എന്റെ തുണിയിൽ തിരുമ്മിയപ്പോൾ വെട്ടിത്തിളങ്ങി.

"രാജാവ് മരിച്ചതിന് ശേഷവും രാജകീയമായ പാർട്ടികൾ നടന്നിരുന്നു. അവർ പാലായനം ചെയ്യേണ്ടി വന്നപ്പോൾ വിലപ്പെട്ട പലതും പലയിടങ്ങളിലായി മറച്ചുവെച്ചു. രാജ്യത്ത് ശാന്തത കൈവരുമ്പോൾ തിരിച്ചു വന്ന് എടുക്കാമെന്ന് കരുതി." എന്ന് ഞാൻ പറഞ്ഞു.

"എന്റെ സുഹൃത്ത് പറഞ്ഞത്, എന്റെ പൂർവികൻ സർ, റാൽഫ് മസ്ഗ്രേവ്, ചാൾസ് ഒന്നാമന്റെ വലം കൈ ആയിരുന്നു. അവസാനകാലം വരെ."

"തീർച്ചയായും" ഞാൻ മറുപടി പറഞ്ഞു.

"ഇപ്പോൾ. ഞാൻ കരുതുന്നത് നീ നൽകിയത് വളരെ പ്രധാനപ്പെട്ട വിവരണങ്ങളാണ്. ഈ കേസിൽ പലതും തമ്മിൽ ബന്ധിപ്പിക്കുന്ന കണ്ണികൾ. നിന്നെ തീർച്ചയായും ഞാൻ അഭിനന്ദിക്കേണ്ടിയിരിക്കുന്നു. നീ കണ്ടുപിടിച്ചത് വിലമതിക്കാനാവാത്തത് മാത്രമല്ല ചരിത്ര പ്രാധാന്യമർഹിക്കുന്ന ഒന്നു കൂടിയാണ്. അതിന് ഒരു കുരുതി കൊടുക്കേണ്ടിവന്നു എന്നുമാത്രം."

അത്ഭുതംകൊണ്ട് ശ്വാസം വിടാൻ കഴിയാതെ അവൻ ചോദിച്ചു, "അതെന്താണ്?"

"അത് മറ്റൊന്നിനേക്കാളും താഴെയല്ല. ഇംഗ്ലണ്ടിലെ രാജകിരീടമാണ്."

"കിരീടമോ?"

"കൃത്യമായി. ഈ അനുഷ്ഠാനം എന്താണ് പറയുന്നത്. ആരുടെതാണ്? "ആരാണോ പോയത് അവന്റേത്. ചാൾസിന്റെ വധശിക്ഷയ്ക്ക് ശേഷമാണത്. പിന്നെ ആർക്ക് കിട്ടും അത് ആര് വരുന്നോ അവന്." അത് ചാൾഡ് രണ്ടാമൻ, അവന്റെ കഴിവുകൾ പ്രവചിക്കപ്പെട്ടതല്ല." "എനിക്ക് ഉറപ്പാണ് ഈ രൂപംമാറിയ കിരീടം ഒരിക്കൽ സ്റ്റ്യൂവേർട്ട് രാജാക്കന്മാരുടെ തലയിൽ അലങ്കരിച്ചതായിരുന്നു. പക്ഷേ അത് എങ്ങനെ ഈ കുഴിയിൽ വന്നു?"

"ആ ചോദ്യത്തിന് ഉത്തരം പറയാൻ കുറച്ച് സമയമെടുക്കും." കഴിഞ്ഞതെല്ലാം ഞാനവന് വിവരിച്ചു കൊടുത്തു. ഞങ്ങളുടെ സംസാരം കഴിയുമ്പോൾ ചന്ദ്രൻ ആകാശത്ത് പ്രഭയോടെ ജ്വലിച്ചുയർന്നിരുന്നു.

"ചാൾസ് രണ്ടാമൻ തിരിച്ചു വന്നപ്പോൾ ഈ കിരീടം എടുത്തു കൊണ്ടു പോകാതിരുന്നതെന്തുകൊണ്ടാണ്." എന്ന് മസ്ഗ്രേവ് എല്ലാം തോൽ സഞ്ചിയിലാക്കിക്കൊണ്ട് ചോദിച്ചു.

"ആ... അത് ഉത്തരം കണ്ടെത്തേണ്ട ഒരു ചോദ്യമാണ്. ഈ രഹസ്യം അറിയാവുന്ന മസ്ഗ്രേവ് മരിച്ചുപോയിരിക്കാം. മരണത്തിന് മുമ്പ് തന്റെ പിൻഗാമികൾക്ക് എഴുതി വെച്ചതായിരിക്കാം ഈ കുറിപ്പ്. അർത്ഥം വ്യക്തമാക്കാതെ അന്ന് മുതൽ ഇന്നുവരെ കൈമാറി വന്നു. കൈമാറിയ അച്ഛനോ കിട്ടിയ മകനോ അർത്ഥം അന്വേഷിച്ചതുമില്ല, അവസാനം അത് പരിധിവിട്ട് കൈകാര്യം ചെയ്യുന്ന ഒരാളുടെ കൈയിലെത്തി. അയാൾ അതിന്റെ അർത്ഥതലങ്ങൾ തേടിത്തേടി കണ്ടെത്തി. അതിലൂടെ മരണം കൈവരിക്കുകയും ചെയ്തു."

ഇതാണ് 'മസ്ഗ്രേവ് അനുഷ്ഠാന'ത്തിന്റെ കഥ. വാട്ട്സൺ, ഒരുപാട് നിയമക്കുടുക്കിലൂടെ കടന്ന് അവസാനം ആ കിരീടം ഹോൾസ്റ്റോണിന് കിട്ടി. ഗവൺമെന്റിൽ നല്ലൊരു തുക അടയ്ക്കേണ്ടിയും വന്നു. നിങ്ങൾ എന്റെ പേര് പറയുകയാണെങ്കിൽ നിങ്ങൾക്ക് അവരിത് കാണിച്ചുതരും. ആ സ്ത്രീയെപ്പറ്റി പിന്നെയൊന്നും അറിഞ്ഞിട്ടില്ല. ചിലപ്പോൾ അവൾ ഇംഗ്ലണ്ടിൽ നിന്നും ഓടിപ്പോയിരിക്കാം. ചെയ്ത കുറ്റത്തിന്റെ ഓർമകളുള്ള സ്ഥലത്തുനിന്നും ദൂരെദൂരെ വളരെ ദൂരെ.